सावित्रीबाई फुले पुणे विद्यापीठ-तृतीय वर्ष कला शाखेच्या (T.Y.B.A.)
२०१५-१६च्या सुधारित अभ्यासक्रमानुसार लिहिलेले क्रमिक पुस्तक
तसेच महाराष्ट्रातील इतर सर्व विद्यापीठांना उपयुक्त.

महाराष्ट्रातील स्थानिक स्वराज्य संस्था

Local Self Government in Maharashtra

डॉ. नितीन बिरमल
डॉ. वैशाली पवार

डायमंड पब्लिकेशन्स

महाराष्ट्रातील स्थानिक स्वराज्य संस्था
डॉ. नितीन बिरमल, डॉ. वैशाली पवार

Maharashtratil Sthanik Swarajya Sanstha
Dr. Niteen Birmal, Dr. Vaishali Pawar

प्रथम आवृत्ती : जुलै २०१५

ISBN : 978-81-8483-624-0

© डायमंड पब्लिकेशन्स

मुखपृष्ठ
शाम भालेकर

प्रकाशक
डायमंड पब्लिकेशन्स
२६४/३ शनिवार पेठ, ३०२ अनुग्रह अपार्टमेंट
ओंकारेश्वर मंदिराजवळ, पुणे-४११ 030
☎ 0२0-२४४५२३८७, २४४६६६४२
info@diamondbookspune.com

ऑनलाईन पुस्तक खरेदीसाठी भेट द्या
www.diamondbookspune.com

प्रमुख वितरक
डायमंड बुक डेपो
६६१ नारायण पेठ, अप्पा बळवंत चौक
पुणे-४११ 0३0 ☎ 0२0-२४४८0६७७

मनोगत

तृतीय वर्ष कला शाखेच्या जनरल राज्यशास्त्र विषयासाठी (जी-३) 'महाराष्ट्रातील स्थानिक स्वराज्य संस्था' हा नवीन अभ्यासक्रम २०१५ पासून आहे. स्थानिक स्वराज्य संस्था स्थानिक विकासामध्ये तसेच स्थानिक जनतेला सेवा-सुविधा पुरविण्यामध्ये महत्त्वपूर्ण भूमिका बजावतात. स्थानिक स्वराज्य संस्था म्हणजे काय? त्याचा विकास त्यांची रचना, अधिकार व कार्ये, स्थानिक नेतृत्व, विकास, स्थानिक शासनाच्या संदर्भातील शासनाने नेमलेल्या समित्या, स्थानिक शासनासंदर्भात झालेल्या घटनादुरुस्त्या या सर्व मुद्द्यांचा या पुस्तकात समावेश केलेला आहे. महाराष्ट्र लोकसेवा आयोगामार्फत घेतलेल्या जाणाऱ्या स्पर्धा परिक्षांची तयारी करु इच्छिणाऱ्या विद्यार्थ्यांनादेखील हे अभ्यास साहित्य अत्यंत उपयोगाचे आहे. साध्या, सोप्या व सहजपणे आकलन होईल यापद्धतीने विषयांची मांडणी करण्याचा प्रयत्न केलेला आहे. हे अभ्यास साहित्य आहे. हे अभ्यास साहित्य तयार करण्यासाठी अनेक पुस्तकाचा आधार घेतलेला आहे. तसेच राज्यशास्त्र कोशामधील साहित्याचादेखील आधार घेतलेला आहे.

टी.वाय.बी.ए.च्या विद्यार्थ्यांचा ज्ञान व्यवहार सोपा व सुखकर होईल तसेच त्यांना शिक्षणाचा आनंद मिळेल असे हे पुस्तक आहे. राज्यशास्त्र विषयाच्या खेरीजच्या जनरल पातळीवरील विद्यार्थ्यांना हा अभ्यासक्रम समजेल, असे हे पुस्तक आहे. या पुस्तकातून विद्यार्थ्यांना विषयाचे ज्ञान व कौशल्य मिळणार आहेत. शिवाय समकालीन संदर्भातील ज्ञान देण्याचा प्रयत्न केला गेला आहे. असे वेगळ्या पद्धतीचे अभ्यास साहित्य छापण्याची जबाबदारी डायमंड पब्लिकेशन्सचे श्री. दत्तात्रेय पाष्टे यांनी घेतली त्याबद्दल आम्ही त्यांचे आभारी आहोत.

डॉ. नितीन बिरमल
डॉ. वैशाली पवार

लेखक–परिचय

• डॉ. नितीन बिरमल

डॉ. आंबेडकर कला व वाणिज्य महाविद्यालय (येरवडा), पुणे येथे राज्यशास्त्राचे प्राध्यापक म्हणून कार्यरत. गेली २० वर्षे महाराष्ट्राच्या राजकारणाविषयी विविध संशोधन प्रकल्पांशी संलग्न. निवडणूक अभ्यासांखेरीज 'महाराष्ट्राच्या राजकीय अर्थव्यवस्थेचा अभ्यास' हा त्यांच्या अभ्यासाचा एक महत्त्वाचा भाग आहे. त्यांनी महाराष्ट्र फाउंडेशनसाठी पुणे शहराच्या औद्योगिक विकासाचे विश्लेषण करणारा संशोधन प्रकल्प १९९९ मध्ये पूर्ण केला आहे. Economical and Political Weekly व समाज प्रबोधन पत्रिका यामध्ये संशोधनपर लेखन प्रसिद्ध झाले आहे.

• डॉ. वैशाली प्रकाश पवार

पुणे विद्यापीठातील 'राज्यशास्त्र व लोकप्रशासन विभाग' येथून पदव्युत्तर एम.ए.चे शिक्षण पूर्ण केले. 'पिंपरी-चिंचवड शहराचे राजकारण' हा विषय घेऊन एम.फिल. पदवी मिळवली. तसेच त्यानंतर 'पश्चिम महाराष्ट्रातील महापालिकांचे राजकारण' या विषयाचा सखोल अभ्यास करून पुणे विद्यापीठातर्फे पीएच.डी. ही पदवी प्राप्त केली.

अखिल भारतीय मराठा शिक्षण परिषदेचे श्री. शाहू मंदिर महाविद्यालय, पर्वती, पुणे येथे सध्या राज्यशास्त्र व लोकप्रशासन या विषयाच्या विभागप्रमुख म्हणून कार्यरत आहेत. महिलांचा सत्तासंघर्षाचा आलेख या पुस्तकाच्या लेखिका. 'महाराष्ट्राचे राजकारण : राजकीय प्रक्रियेचे स्थानिक संदर्भ' या संदर्भ पुस्तकात 'पश्चिम महाराष्ट्रातील महापालिकांचे राजकारण' या विषयावर लेख. 'वसा यशवंतरावांचा, वारसा शरदरावांचा' या पुस्तकात 'शहरी विकासाचे राजकारण' या विषयावर लेख. समाजप्रबोधन पत्रिका, पुरोगामी सत्यशोधक व परिवर्तनाचा वाटसरू या मासिकांमध्ये निवडणूकविषयक लेख प्रसिद्ध झाले आहेत.

महाराष्ट्र विधानसभा पातळीवरील महिला नेतृत्वाचा अभ्यास हा बीसीयुडी, पुणे विद्यापीठ यांच्या सहकार्याने मायनर संशोधन प्रकल्प पूर्ण केला आहे.

अनुक्रम

मनोगत
लेखक–परिचय

१ स्थानिक शासनसंस्थेचा विकास किंवा उत्क्रांती १
Evolution of Local self Government

२ महाराष्ट्रातील स्थानिक शासनाच्या संदर्भातील विविध समित्या १६
Various Committees of Local Self Government in Maharashtra

३ त्र्याहत्तर व चौऱ्याहत्तरावी घटनादुरुस्ती २३
73rd and 74th Amendments

४ ग्रामीण स्थानिक संस्था : रचना, अधिकार आणि कार्ये ३०
Rural Local Bodies : Composition, Power and Functions

५ शहरी स्थानिक संस्था : रचना, अधिकार व कार्ये ६३
Urban Local Bodies : Composition, Power and Functions

६ राज्य निवडणूक आयोग ९०
State Election Commission

७ विकासातील नेतृत्वाची भूमिका १०२
Role of Leadership in Development

८ स्थानिक शासनसंस्थेपुढील आव्हाने १०९
Challenges Before Local Self Government

परिशिष्ट–१ महाराष्ट्रातील स्थानिक स्वराज्य संस्था ११५
पारिभाषिक शब्दावली ११६
संदर्भसूची ११७

१ स्थानिक शासनसंस्थेचा विकास किंवा उत्क्रांती

(Evolution of Local self Government)

अ) **स्वातंत्र्यपूर्व कालखंड : ब्रिटिश कालखंड**
(Pre-Independence Period : British Period)

ब) **स्वातंत्र्योत्तर कालखंड : सामूहिक विकास कार्यक्रम, बलवंतराय मेहता समिती** (Post-Independence Period : Community Development Programme, Balwantrai Mehta Committee)

स्थानिक शासन

एकाच देशामधील गाव, तालुका शहर किंवा तत्सम विशिष्ट क्षेत्रापुरते मर्यादित असलेले शासन म्हणजे स्थानिक शासन होय. राष्ट्रीय किंवा घटक राज्याच्या शासनाद्वारे साध्या कायद्याने स्थानिक शासन निर्माण केले जाते. सार्वजनिक ध्येय-धोरण ठरविण्याचा मर्यादित अधिकार स्थानिक शासनाला आहे. त्यातल्या विशिष्ट प्रदेशातील लोकांच्या दैनंदिन गरजा विचारात घेऊन त्यांना सार्वजनिक सेवा व सुविधा उपलब्ध करून देणे आणि स्थानिक क्षेत्राचा विकास करणे, ही स्थानिक शासनाची प्रमुख ध्येये असतात. स्थानिक नेतृत्व उदयाला यावे, नागरिकांना कारभारात सहभागी होता यावे, अधिकारांचे विकेंद्रीकरण व्हावे इ. हेतू स्थानिक शासनाच्या निर्मितीमागे असतात. स्वातंत्र्यपूर्वकाळात भारतात मर्यादित प्रमाणात स्थानिक शासनाची निर्मिती झालेली होती. परंतु स्वातंत्र्योत्तर काळात ग्रामस्वराज्य व ग्रामविकास ह्या उद्दिष्टांच्या पूर्ततेसाठी पंचायत राज्य निर्माण करण्याचे धोरण आखले गेले.

लोकशाही प्रक्रियेचा एक भाग म्हणून, तसेच प्रशासकीय सोय म्हणूनही स्थानिक शासन हे सर्वत्र अस्तित्वात असलेले दिसते; मात्र जिथे निव्वळ प्रशासकीय सोय म्हणून असे शासन स्थापन केले जाते, तेथे स्थानिक शासनांकडे फक्त अंमलबजावणीविषयक अधिकारच असतात; लोकशाहीचा एक भाग म्हणून स्वायत्त स्थानिक शासनाच्या निर्मितीवर भर दिला जातो; मात्र आर्थिक उत्पन्नाची मर्यादित साधने व तुटपुंजी साधनसामग्री यासारख्या समस्या स्थानिक शासनाला भेडसावतात. (राज्यशास्त्रकोश)

स्थानिक शासनाच्या व्याख्या

१) **एनसायक्लोपिडिया ऑफ ब्रिटानिका :** स्थानिक शासन म्हणजे राज्यापेक्षा मर्यादित असलेल्या प्रदेशांतर्गत निर्णय घेण्याचा व तो अंमलात आणण्याचा अधिकार होय. निर्णय व अंमलबजावणी स्वातंत्र्यावर भर असणे हे स्थानिक शासनाचे महत्त्वाचे लक्षण आहे.

२) **आशिर्वादम् यांच्या मते,** 'स्थानिक शासन ही केंद्र सरकारच्या किंवा राज्य सरकारच्या कायद्याद्वारे निर्मित अशा प्रकारची शासकीय संस्था आहे, की ज्यात शहर किंवा गाव यासारख्या एका क्षेत्रातील जनतेद्वारे निवडलेले प्रतिनिधी असतात. आणि जे आपल्या अधिकारक्षेत्राच्या मर्यादेत प्रदत्त अधिकाराचा वापर लोककल्याणासाठी करत असतात.

३) **के. व्यंकटरंगय्या यांच्या मते,** 'स्थानिक स्वशासन म्हणजे लोकवस्तीचे (खेडे, शहर किंवा राज्यापेक्षा मर्यादित विभाग) प्रशासन होय, जे स्थानिक लोकांच्या प्रतिनिधींनी साकार झालेल्या मंडळाद्वारे केले जाते. या मंडळास व्यापक प्रमाणावर स्वायत्तता असते. हे प्रशासन स्थानिक कराद्वारे काही प्रमाणात का होईना आपल्या आर्थिक उत्पन्नात भर टाकते व उत्पन्नाचा विनियोग जनतेसाठी स्थानिक स्वरूपाच्या सेवा उपलब्ध करून देण्यासाठी करते. ज्या सेवा राज्य किंवा केंद्र सेवेपेक्षा भिन्न असतात.

अ) 'स्वातंत्र्यपूर्व कालखंड' ब्रिटिश कालखंड

(Pre-Independence Period : British Period)

प्रस्तावना

आधुनिक प्रकारच्या स्थानिक शासनसंस्था सतराव्या शतकात सुरू झाल्या; मात्र भारतातील स्थानिक शासनाचा इतिहास फार जुना आहे. वैदिक काळापासून

स्थानिक संस्था अस्तित्वात होत्या. ग्रामपंचायती विकसित झालेल्या होत्या. या संस्थांच्या विकासांचा इतिहास हा चढउतारांचा इतिहास आहे. भारतातील स्थानिक शासनाच्या इतिहासातील विकासाचे टप्पे खालीलप्रमाणे सांगता येतात-

१) **प्राचीन काळ :** प्राचीन काळापासून भारतात स्थानिक संस्था विकसित झालेल्या होत्या. भारतीय प्रशासनात गाव हे पायाभूत घटक आहे. ग्रामीण व शहरी भागात वेगवेगळ्या स्थानिक संस्था होत्या. या संस्था सार्वजनिक दिवाबत्तीची सोय, घरबांधणी, धर्मशाळा, पाणीपुरवठा इ. कामे नियोजनबद्धरितीने करीत. शिवाय स्वसंरक्षणाची व्यवस्था करीत. चार्लस मेटका याने या संस्थाबाबत लिहिले आहे की, 'सर्वकाही नष्ट झाले, पण या संस्था नष्ट झाल्या नाहीत. राजकीय सत्ता एकापाठोपाठ आल्या आणि नष्ट झाल्या. राजकीय क्रांतीनंतर क्रांत्या झाल्या. हिंदू, मराठा, मोगल, शीख, इंग्रज हे राज्यकर्ते एकामागून एक आले; पण ग्रामीण संस्था अबाधित राहिल्या. संकटकाळात त्या शस्त्रास्त्रे तयार ठेवीत. आपल्या भागातील किल्ले बंद ठेवीत व शस्त्राने तोंड देण्यात अपयश येताच ते पळून जात व संकट टळून जाताच परत येत आणि आपल्या कामाला लागत.'

प्राचीन काळात खेडे हा शासनाचा आधार होता. वैदिक काळात खेडे जणू काय गणराज्यच होते. त्यात न्यायदान आणि प्रशासन ही कामे केली जात होती. ऋग्वेद काळात ग्रामसभेचा उल्लेख आढळतो. मनुस्मृती या ग्रंथात राजा व खेड्याच्या परंपरा यासंबंधीची चर्चा केलेली आहे. कौटिल्याने लिहिलेल्या अर्थशास्त्र या ग्रंथात खेड्याची रचना, प्रशासन व ग्रामपंचायतीचे महत्त्व याबाबत माहिती सापडते. मौर्यकाळात भोज आणि आंध्र या प्रदेशात स्थानिक शासन विकसित झाले होते. तसेच तिथे सापडलेल्या शिलालेखावरून हे स्पष्ट होते. अर्थशास्त्रामध्ये खेडी सर्वात तळाचा घटक होता असा उल्लेख आहे. खेड्याचा प्रमुख ५ ते १० गावांचा प्रमुख अधिकारी असे.

२) **मध्ययुग :** तसेच मोगल काळात जिल्हा, प्रांत व खेडी अशी विभागणी केलेली होती. या काळात ग्रामपंचायती अनेक कामे करीत. पाटील, पटवाली व चौधरी हे तीन प्रकारचे अधिकारी खेड्यात असत. सरकारचे प्रतिनिधी पंचायतीशी सल्लामसलत करीत असत.

३) **ब्रिटिश कालखंड :** स्थानिक शासनाची संघटना व कार्यपद्धती ही ब्रिटिशांची देणगी आहे. ब्रिटिशांनी पूर्वीची स्थानिक शासनपद्धती नष्ट करून नवीन शासनपद्धती भारतात अमलात आणली. परंतु त्यामुळे खेड्याची एकात्मता

धोक्यात आली. रचनावार पद्धतीमुळे सरकारचे व शेतकऱ्यांचे संबंध प्रस्थापित झाले व ग्रामसभा व ग्रामपंचायती यांच्याशी असलेले संबंध ब्रिटिश कालखंडापासून निर्माण झालेले दिसून येतात. त्याच्या विकासातील टप्पे खालीलप्रमाणे-

१) **१६८७ ते १८८१ :** ब्रिटिश इस्ट इंडिया कंपनीच्या काळात मद्रासला १६८७ साली महानगरपालिका स्थापन झाली. तिची रचना ब्रिटीश पद्धतीप्रमाणे होती. तिचे अधिकार आणि कार्य स्पष्ट केलेली होती. पुढे १७९३ मध्ये मुंबई आणि कलकत्ता येथे महानगरपालिकांची स्थापना झाली व त्यामुळे शहरांची स्वच्छता, रस्तेदुरुस्ती इ. कामे स्पष्ट केली. १८५० च्या कायद्यामध्ये संपूर्ण भारतामध्ये स्थानिक शासनाची व्यवस्था करण्याची तरतूद करण्यात आली. तसेच अप्रत्यक्ष करांची व्यवस्था करण्यात आली. १८६० पर्यंत भारतामध्ये बहुतेक सर्व महत्त्वाच्या शहरात नगरपालिका स्थापन झाल्या. १८६२ च्या कायद्याने नगरपालिकेच्या कामात बदल झाले. लॉर्ड लॉरेन्सने स्थानिक संस्थांच्या विकासाला गती दिली. तसेच १८७० मध्ये लॉर्ड मेयोने विकेंद्रीकरणाबाबत एक ठराव मांडला. त्यात स्थानिक शासनावर भर दिला होता. त्यापुढील ४ वर्षात अनेक प्रांतांमध्ये नगरपालिकांबाबत कायदे झाले. नगरपालिकांचे क्षेत्र वाढले. त्यात निर्वाचनपद्धती अमलात आणली. या संस्थाकडे आरोग्य, शिक्षण, बांधकाम इ. विषय सोपविण्यात आले व स्थानिक संस्थाच्या निवडणुका प्रत्यक्षपणे घेण्याची शिफारस करण्यात आली. या संस्थांचे उत्पन्न वाढविण्यावर भर देण्यात आला. या कामात लोकांचा सहभाग सहकार्याचा नव्हता. तरीही लोक आपले प्रश्न सोडविण्यासाठी सहभागी होऊ लागले.

२) **१८८२ ते १९१९ :** १८८० पर्यंत स्थानिक प्रशासन पूर्णपणे अभारतीय होते. ते स्थानिक नव्हते आणि प्रशासनही नव्हते. परंतु याच काळात भारतीय जनतेत राजकीय जागृती झाली होती. लोकांच्या आशा, आकांक्षा वाढल्या होत्या. त्यामुळे स्थानिक शासनामध्ये त्याच्या विचारामध्ये परिवर्तन झाले होते. तसेच १८८२ मध्ये स्थानिक शासनामध्ये परिवर्तन झाले होते. तसेच १८८२ मध्ये स्थानिक शासनाच्या संदर्भात एक प्रस्ताव प्रसिद्ध केला. या ठरावाला भारताच्या स्थानिक शासनाच्या इतिहासात महत्त्वपूर्ण स्थान आहे. या ठरावात स्थानिक शासनाच्या विविध बाजूंवर प्रकाश टाकण्याचा प्रयत्न केलेला आहे.

३) लॉर्ड रिपनचा ठराव : १८८० मध्ये आलेले गव्हर्नर जनरल लॉर्ड रिपन हे उदारमतवादी होते. त्यांनी भारतीय जनतेला खूश ठेवण्यासाठी स्थानिक शासनाच्या विकासाला उत्तेजन दिले. या कारणामुळे स्थानिक शासनाच्या इतिहासात लॉर्ड रिपन हे नाव मोठ्या आदराने घेतले जाते. खऱ्या अर्थाने स्वातंत्र्य प्राप्तीनंतरच्या स्थानिक शासनपद्धतीचे जनक लॉर्ड रिपनच होते. त्यांना इंग्लंडमधील शासनाचा मोठा अनुभव होता. त्यांचे असे मत होते की, स्थानिक शासन हे राजकीय लोकशिक्षणाचे साधन होते. (एस.आर. महेश्वरी). भारतीयांना स्वराज्याकडे वाटचाल करताना सहाय्यभूत ठरेल व त्यामुळे नागरिक आपली जबाबदारी चांगल्या प्रकारे समजू शकतील. शासनव्यवस्था अधिक चांगली होईल, असे त्यांचे विचार होते. रिपनच्या मते, स्थानिक संस्थांमध्ये निर्वाचित सदस्य अधिक असावेत व या संस्था सरकारी नियंत्रणापासून मुक्त असाव्यात. भारतात सर्वत्र स्थानिक स्वराज्य संस्था प्रस्थापित करून त्यांना आर्थिक बाबतीत स्वयंपूर्ण बनवावे असा रिपनचा विचार होता. या विचारांच्या पूर्ततेसाठी त्यांनी इ.स.१८८२ मध्ये स्थानिक शासनाच्या संदर्भात एक प्रस्ताव मांडला. या ठरावाला भारताच्या स्थानिक शासनाच्या इतिहासात महत्त्वपूर्ण स्थान आहे. या ठरावात स्थानिक शासनाच्या विविध बाजूंवर प्रकाश टाकण्याचा प्रयत्न केला होता.

४) १९२० ते १९३७ : १९२० च्या आसपास म्हणजेच भारत प्रशासन कायद्यानंतरचा हा कालखंड होय. या कायद्याने स्थानिक स्वशासन खाते निर्वाचित मंत्र्याकडे सोपविण्यात आले. प्रत्येक प्रांतामधून स्थानिक शासनासाठी स्वतंत्र विभाग किंवा खाते सुपूर्त करण्यात आले. प्रांतिक सरकारांनी जिल्हा व नगरपालिका यांची स्थापना व संघटन याबाबतीत कायदे केले. यामध्ये प्रत्येक प्रांतातील या संस्थांची कामे व संघटन वेगवेगळे होते. तरीही स्थानिक प्रशासनाला पूर्ण प्रातिनिधिक स्वरूप देण्याचा प्रयत्न केला गेला. मताधिकार विस्तृत करावा, अध्यक्षपदावर बिनसरकारी व्यक्ती असावी. ग्रामपंचायती स्थापन कराव्यात. स्थानिक संस्थांचे अधिकार वाढवावेत व त्यांच्यावरील सरकारी नियंत्रण कमी करावे. अशा तरतुदी केल्या गेल्या प्रांतिक सरकारने द्विदल पद्धती अंमलात आणावी. या द्विदल पद्धतीमुळे फारशी प्रगती झाली नाही. स्थानिक कर्मचाऱ्यांचे वेतन, नोकरांची भरती, नोकरीची शाश्वती याकडे लक्ष दिले गेले नाही.

५) **१९३७ ते १९४७ :** १९३५ च्या भारत प्रशासन कायद्यात प्रांतिक शासनाबाबतचा जो भाग होता, तो १९३७ मध्ये लागू करण्यात आला. द्विदल राज्यपद्धती नष्ट झाली व प्रांतिक शासनव्यवस्था स्थापन झाली. त्याच वेळी चालू असलेल्या राष्ट्रीय आंदोलनामुळे व प्रांतिक स्वायतत्तेमुळे स्थानिक शासनाच्या स्वरूपामध्ये बदल झाला. राष्ट्रीय स्वशासनाचा एक भाग म्हणून त्याला मान्यता मिळाली. प्रातिनिधिक मंत्रिमंडळातील स्थानिक स्वशासनातील दोष त्याच्यापुढील अडचणी, यांचा अभ्यास करण्यासाठी समितीच्या शिफारशी स्वीकारल्या व याच काळामध्ये सत्ताविषयक कार्यकारी कामाची विभागणी झाली व लोकप्रतिनिधी आणि लोकसेवेचा भाग म्हणून कार्य करू लागला. या कालखंडात स्थानिक शासनाला स्थैर्य प्राप्त झाले. कारण त्यांच्या उत्पादनाच्या साधनामध्ये व अनुदानामध्ये वाढ झाली. म्हणून या संस्थांना आपल्या जबाबदाऱ्या पार पाडता येऊ लागल्या.

ठरावातील तरतुदी

१) **निर्वाचित सदस्यसंख्या :** ठरावात म्हटले होते की, स्थानिक स्वराज्य शासनाची स्थापना केवळ प्रशासनाच्या सोयीसाठी करण्यात येत नसून जनतेला मुख्यतः हा व्यावहारिक व राजकीय शिक्षण देण्याच्या उद्देशाने केली जात आहे. यामुळे जनतेचे प्रशासकीय ज्ञान वाढेल व प्रशासन कार्यक्षम ठेवता येईल. या संस्था अधिकाधिक लोकाभिमुख व्हाव्यात म्हणून त्यातील निर्वाचित सदस्यसंख्या वाढविली पाहिजे.

२) **रूपरेषा :** ठरावामध्ये संपूर्ण देशासाठी स्थानिक स्वराज्य शासनाची रूपरेषा देण्यात आली होती. प्रांतिक सरकारांना आदेश देण्यात आले होते की त्यांनी आपापल्या क्षेत्रात निश्चित जबाबदाऱ्या व स्वतंत्र आर्थिक साधने असणाऱ्या संस्थांची स्थापना करावी. प्रत्येक मंडळाचे किंवा संस्थेचे अधिकारक्षेत्र इतके मर्यादित असावे की प्रत्येक सभासदाला स्थानिक परिस्थिती व स्थानिक हित यांची माहिती होऊ शकते. नागरी व ग्रामीण अशा दोन्ही क्षेत्रातील स्थानिक संस्थांमध्ये बिगर सरकारी तसेच निर्वाचित सभासदाचे स्पष्ट बहुमत असावे. कोणत्याही परिस्थितीत स्थानिक सभासदांची संख्या १/३ पेक्षा जास्त नसावी. ज्या ठिकाणी शक्य असेल त्या ठिकाणी स्थानिक संस्थांच्या सभासदाची निवड निर्वाचित पद्धतीने करण्यात यावी.

सरकारी व्यक्ती या संस्थांमधून नेमल्या जातील. त्यांना या संस्थांचे नोकर मानले जाईल व त्याच्यावर स्थानिक संस्थांचे नियंत्रण असेल. स्थानिक संस्थांमध्ये प्रत्यक्ष निवडणूक घेण्याची पद्धत लवकर सुरू करावी व ही पद्धत सर्व प्रांतासाठी सारखी असावी. प्रत्येक प्रांताने आपल्या सोयीनुसार व अनुभवाच्या आधारे निवडणुकीची पद्धत ठरवावी. जनतेची चांगल्या प्रकारे सेवा करणाऱ्यांना सरकारतर्फे रावसाहेब, रावबहाद्दूर अशा पदव्या देऊन गौरव करावा. त्यामुळे त्यांचे मनोधैर्य वाढेल व इतरांनाही त्यापासून प्रेरणा मिळेल. नव्याने स्थापन झालेली कोणतीही संस्था चुका करीत असेल, तर नियंत्रण मंडळाने तिला सूडबुद्धीने वागवू नये तर तिच्या चुका निदर्शनास आणाव्यात.

३) **नियंत्रण :** या संस्थांच्या अंतर्गत बाबतीत प्रांतिक सरकारचे नियंत्रण असू नये. सरकारने या संस्थांचे निरीक्षण करावे. त्यांना योग्य सूचना द्याव्यात. परंतु त्याचे प्रमुख बनू नये. रिपनच्या ठरावामध्ये निरीक्षण व देखरेख करण्याच्या दोन पद्धती सुचविल्या आहेत.
संस्थेचे काही कायदे लागू करण्याबाबत, कर्ज उभारण्याबाबत, नवे कर लावण्याबाबत, संपत्तीच्या खरेदी-विक्रीबाबत आणि धर्मासंबंधीच्या प्रश्नांबाबत सरकारची पूर्वसंमती घेणे आवश्यक आहे.
प्रांतिय सरकारला स्थानिक शासनाच्या काही प्रमुख बाबतीत हस्तक्षेप करण्याचा, विशेष परिस्थितीत स्थानिक शासनाचे काही निर्णय रद्द करण्याचा व या संस्था आपली जबाबदारी पार पाडण्यात अपयशी ठरल्या असतील तर त्या बरखास्त करण्याचे अधिकार आहेत. परंतु कोणतीही संस्था पूर्णपणे रद्द करावयाची असल्यास त्याकरता भारत सरकारची किंवा केंद्र सरकारची परवानगी घ्यावी लागेल.

४) **उत्पन्नाचे मार्ग :** स्थानिक संस्थांना स्वतंत्रपणे कार्य करता यावे म्हणून स्थानिक शासनाकडे काही उत्पन्नाची साधने सोपविण्यात यावीत. या संस्थांना आर्थिक क्षेत्रात स्वातंत्र्य देण्यात यावे.

५) **सल्ला व मार्गदर्शन :** जिल्ह्यातील अभियंते जिल्हा बोर्डाला वेळोवेळी तांत्रिक सल्ला व मार्गदर्शन करतील. त्यामुळे जिल्ह्यातील महत्त्वाची कामे पार पाडणे सुलभ होईल.

६) बिगर सरकारी व्यक्ती अध्यक्ष : स्थानिक शासनावरील सरकारचा प्रभाव आणि नियंत्रण कमी करण्याच्या दृष्टीने प्रांतिक सरकारांना असे आदेश देण्यात आले की जिल्हाधिकारी स्थानिक संस्थाचे पदसिद्ध अध्यक्ष राहणार नाहीत. शक्यतो, बिगर सरकारी सभासदाला हे अध्यक्षपद देण्यात यावे. अध्यक्षाची निवड लोकल बोर्डाच्या सभासदाकडून करण्यात यावी. पण जर सरकारी अधिकारी व त्याला बोर्डाचा अध्यक्ष करावयाचा असेल तर केंद्र सरकारची पूर्वपरवानगी घ्यावी लागेल. लॉर्ड रिपनच्या प्रस्तावामध्ये किंवा ठरावामध्ये असे मान्य करण्यात आले की प्रत्येक प्रांतात आपापल्या परिस्थितीनुसार ठरावातील शिफारशी अमलात आणाव्यात.

लॉर्ड रिपनचा हा ठराव खऱ्या अर्थाने प्रगतीशील होता. ब्रिटीश शासनाच्या इतिहासात स्थानिक संस्थांना प्रथमच स्वशासनाची सत्ता देण्याचा प्रयत्न करण्यात आला. भारतातील स्थानिक संस्थांच्या विकासाचा भविष्यकाळातील आधार म्हणूनच हा ठराव प्रसिद्ध झाला. या संस्थांच्या विकासाच्या दृष्टीने टाकलेले हे पहिले पाऊल होते. तत्कालिन बहुतेक सर्व भारतीय नेत्यांनी ठरावाचे स्वागत केले. उदा. सुरेंद्रनाथ बॅनर्जी, गोपाळ कृष्ण गोखले, फिरोज शहा मेहता इ. नेत्यांच्या मते स्थानिक स्वशासन भारतीय नागरिकांना स्थानिक राजकारण व प्रशासन यांचे शिक्षण देत देत शेवटी राष्ट्रीय स्वशासनाकडे नेईल.

लॉर्ड रिपनचा हा ठराव उत्तम होता. तरीही दुर्देवाने प्रांतिक सरकारांनी व नोकरशाहींनी तो अमलात आणल्याबाबत फारसा उत्साह दाखविला नाही व पुढे लॉर्ड कर्झनने तर स्थानिक शासनाला विरोध करण्यास सुरुवात केली. शेवटी सरकारी अधिकारी या संस्थाच्या अध्यक्षपदांवर राहिले व १९०९ पर्यंत सरकारने नेमलेले प्रतिनिधी स्थानिक संस्थांमध्ये संख्येने अधिक राहिले.

६) स्वातंत्र्योत्तर कालखंड : स्वातंत्र्यप्राप्तीनंतर भारतात स्थानिक शासनाच्या नव्या युगाला प्रारंभ झाला. स्वतंत्र भारतात स्थानिक शासनाला विशेष महत्त्व प्राप्त झाले. स्वातंत्र्यप्राप्तीनंतर कल्याणकारी राज्याची संकल्पना स्वीकारल्याने आर्थिक विकास व सामाजिक न्याय या दोहोंच्या प्राप्तीसाठी स्थानिक शासनाला साधन म्हणून स्विकारले. लोकशाही यशस्वी करण्यामध्ये स्थानिक संस्था

महत्त्वाचे योगदान देतील, अशी सर्वांनी भूमिका घेतली. केंद्र सरकारच्या नियंत्रणाखाली परंतु स्वतंत्रपणे भारतात स्थानिक संस्था कार्यरत झाल्या. १९४८ मध्ये दिल्ली येथे भारतातील सर्व प्रांताच्या स्थानिक शासन मंत्र्याची परिषद झाली. त्याचे उद्‌घाटन करताना पंतप्रधान पंडित नेहरू स्थानिक शासनाच्या संदर्भात असे म्हणाले की, 'स्थानिक शासन हा लोकशाहीचा पाया आहे. लोकांना केवळ वरच्या स्तरावरील लोकशाहीची सवय झाली आहे. खालच्या स्तरावरील नाही. लोकशाहीचा पाया जोपर्यंत तुम्ही मजबूत करणार नाही तोपर्यंत वरिल स्तरावरील लोकशाही यशस्वी होणार नाही.' भारतामध्ये १९४७ साली अनेक प्रांतांमध्ये पंचायत राज कायदा करून ग्रामपंचायतीची स्थापना केली गेली. ग्रामीण स्थानिक शासनाचा मुलभूत, प्राथमिक घटक म्हणून ग्रामपंचायत ही स्थानिक संस्था निर्माण करण्यात आली. तसेच भारतीय राज्यघटनेच्या कलम २४६ नुसार स्थानिक शासनाच्या संदर्भात कायदे करण्याचा अधिकार घटकराज्य विधीमंडळाला देण्यात आला. त्या शासनाबाबत नवा दृष्टिकोन स्वीकारण्यात आला. खेड्यात पंचायतीची स्थापना करण्यात आली. राज्यघटनेतील मार्गदर्शक तत्त्वामध्ये असलेल्या तरतुदींमुळे प्रत्येक घटक राज्याने स्थानिक शासनाच्या विकासाच्या दृष्टीने कायदे केले. उदा. मद्रास, जम्मू आणि काश्मीर, हैद्राबाद, मध्यप्रदेश, हिमाचलप्रदेश या राज्यांमध्ये ग्रामपंचायती स्थापन करण्याबाबत कायदे केले तर आसाम, बिहार, उत्तरप्रदेश यांनी असे कायदे यापूर्वीच केले होते.

स्थानिक शासनाच्या आर्थिक बाबींवर चर्चा व अभ्यास करण्यासाठी १९४९ मध्ये 'स्थानिक वित्तीय समिती' स्थापन करण्यात आली व तिने पुढील शिफारशी केल्या-

अ) काही प्रकारचे कर स्थानिक कर म्हणून घोषित करावे.

ब) ग्रामपंचायतीने वसूल केलेल्या जमीन महसुलापैकी १५ टक्के भाग त्यांना देण्यात यावा.

क) त्यांना अंदाजपत्रक तयार करण्याचे अधिकार देण्यात यावेत.

केंद्र सरकारमार्फत स्थानिक स्वशासनाचा विकास करण्यासाठी वेगवेगळे प्रयोग राबविले गेले. स्थानिक शासनाला सक्षम करून त्या माध्यमातून विकास कार्यक्रमाची अंमलबजावणी करण्याच्या दृष्टीने प्रयत्न केले गेले. मद्रास राज्याने फिरकता विकास योजना, मुंबई राज्याने सर्वोदय योजना तर उत्तर प्रदेश राज्याने इटावा मार्गदर्शन योजनांच्या माध्यमातून प्रयत्न सुरू केले. केंद्र सरकारने स्वत: हा राष्ट्रीय विस्तार योजना

व सामूहिक विकास कार्यक्रम या योजना आखल्या. १९५७ मध्ये बलवंतराय मेहता समिती नियुक्त केली. १९८९ मध्ये राजीव गांधी यांनीदेखील स्थानिक शासनाला बळकटी देण्यासंदर्भामध्ये धोरण आखले. १९९२ साली ७३ व ७४व्या घटनादुरुस्तीला संसदेने मंजूरी देऊन स्थानिक स्वराज्य संस्थाना जास्तीचे अधिकार दिले. तसेच प्रत्येक घटकाचा सहभाग स्थानिक स्वराज्य संस्थेमध्ये होईल, यादृष्टीने प्रयत्न केले. एकूणच स्वातंत्र्योत्तर कालखंडामध्ये भारतात सतत स्थानिक शासनाच्या संदर्भात निर्णय घेतले गेले. स्थानिक शासनाला जास्तीत जास्त अधिकार देऊन त्याचे सक्षमीकरण करण्याच्या दृष्टीने धोरणात्मक निर्णय घेतले गेले.

ब) सामूहिक विकास कार्यक्रम (Community Development Programme)

प्रस्तावना

भारतीय राज्यघटनेने सत्ताविभाजन तत्त्वाचा स्वीकार केला. केंद्राची व घटक राज्याच्या सत्तेचे विभाजन केले. राष्ट्रीयदृष्ट्या जे विषय महत्त्वपूर्ण होते ते केंद्र सरकारकडे ठेवले व स्थानिक व प्रादेशिकदृष्ट्या महत्त्वाचे असणारे विषय घटक राज्य सरकारकडे दिले. सत्ता राबविण्याच्या प्रक्रियेमध्ये स्थानिक जनतेला सहभागी करून घेता यावे म्हणून सामुहिक विकास कार्यक्रम व राष्ट्रीय विस्तार योजनांची आखणी व अंमलबजावणी केली गेली.

जवळ-जवळ भारताची ८० टक्के लोकसंख्या गावामध्ये राहते. म्हणून गावांचा विकास झाला तरच भारताचा विकास होईल, हे मत विचारात घेऊन केंद्र सरकारने पंचवार्षिक योजना आखल्या. भारतीयांच्या अन्न, वस्त्र, निवारा या प्राथमिक गरजा भागविण्यासाठी पंचवार्षिक योजना सामूहिक विकास कार्यक्रमाद्वारे राबविण्याचे ठरविले. सामूहिक विकास कार्यक्रम म्हणजे ग्रामीण भागातील सामाजिक व आर्थिक परिवर्तन करणारी पद्धती होय, असे म्हटले गेले.

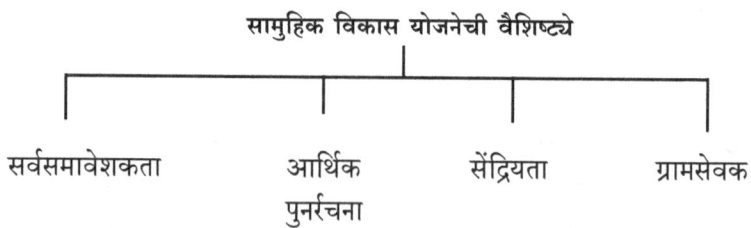

सामुहिक विकास योजनेची वैशिष्ट्ये

| सर्वसमावेशकता | आर्थिक पुनर्रचना | सेंद्रियता | ग्रामसेवक |

१) **सर्वसमावेशकता :** सामुहिक विकास योजनांतर्गत खेड्याचे सर्व प्रश्न सोडविण्याचा प्रयत्न केला जातो. गावातील लोकांच्या जीवनामध्ये सुधारणा

घडवून आणणे हा या सामुहिक विकास योजनेचा हेतू होता. शेती विकास, ग्रामोद्योग, हस्तकला यांची वाढ, आरोग्य सुधारणा, स्वच्छता, जलद वाहतूक ही सर्व विकासाची कामे याअंतर्गत केली जात. त्यामुळे सामुहिक विकास योजना बहुमुखी व सर्वसमावेशक होती.

२) **आर्थिक पुनर्रचना :** सामुहिक विकास कार्यक्रमाचे प्रमुख ध्येय आर्थिक पुनर्रचना हे होते. शेतीवरील अवलंबित्व कमी करणे व इतर उद्योगांना प्रोत्साहन देणे, याचाच अर्थ ग्रामीण व कुटिरोद्योगांना यामधून चालना दिली गेली.

३) **सेंद्रियता :** सेंद्रियता याचा अर्थ लोकांनी ही योजना स्वत:साठी आहे, असे मानून त्यामध्ये सहभाग घेणे होय. लोक स्वता:हून या योजनेत सहभागी झाल्याने ही योजना यशस्वी होण्याबरोबरच लोकांचादेखील विकास होणार आहे. स्वबळावर त्यांना त्यांचा विकास साधता येणार आहे.

४) **ग्रामसेवक :** गावातील शेतकरी व शासन यांच्यातील मध्यस्थ म्हणून ग्रामसेवकाची भूमिका महत्त्वाची असणार आहे. शासनाचा सर्वात तळाचा असा हा अधिकारी परंतु त्याला विविध स्वरूपाची कामे करावी लागतात. सामुहिक विकास कार्यक्रम अंमलबजावणीमध्ये ग्रामसेवकाची भूमिका महत्वाची होती. शेतकऱ्याचा मार्गदर्शक या स्वरूपामध्ये या योजनेमध्ये त्याचे कार्य होते.

स्वातंत्र्योत्तर काळात भारताने सामूहिक विकास कार्यक्रम स्वीकारला. या कार्यक्रमाचा आरंभ १९५२मध्ये झाला. या कार्यक्रमाचे मुख्य तत्त्वज्ञान ग्रामीण भागाचा सर्वांगीण विकास व लोकांचा सहभाग हे होते. हा कार्यक्रम प्रशासकीय चौकटीमध्ये मांडला गेला होता. जिल्हा, तालुका आणि गाव अशा या कार्यक्रमाच्या पातळ्या होत्या. जिल्ह्याचे विकास गटामध्ये विभाजन केले होते. प्रत्येक विकास गटाला ब्लॉक डेव्हलपमेंट ऑफिसर नेमला होता (BDO). १०-१२ खेड्यांचा एक प्रमुख नेमण्याची प्रथा होती. शासकीय कार्यक्रमाचे प्रशिक्षण BDO व VLW हे घेत होते. (Village level workers) सामूहिक विकास संघटना (Community Development Organization) व सामूहिक विकास संशोधन केंद्र (Community Development Research Centre) यांची स्थापना केली होती.

समुदाय विकास ब्लॉक

समुदाय विकास ब्लॉक ही ग्रामीण भागासाठी प्रशासकीय आणि विकासासाठी तरतूद केली होती. तो भाग ब्लॉक विकास अधिकाऱ्याच्या नियंत्रणाखाली होता.

समुदाय विकास ब्लॉकमध्ये ग्रामपंचायत आणि सामाजिक प्रशासकीय एककाचा ग्रामपातळीवर समावेश केला गेला. हा कार्यक्रम प्रायोगिक तत्त्वावर १९५२ मध्ये सुरू केला होता. हा कार्यक्रम शेती क्षेत्रासाठी होता. ग्रामीण आरोग्य, ग्रामीण शिक्षण यांचा विकास यामध्ये समाविष्ट होता. एकात्मिक स्वरूपात खेड्याचा सामाजिक आणि आर्थिक फेरबदल हा यामध्ये सामील होता. पहिल्या पंचवार्षिक योजनेत त्यावर भर दिला होता. तेव्हा २४८ ब्लॉक भारतात होते. दुसऱ्या पंचवार्षिक योजनेत ३००० ब्लॉकमध्ये ग्रामीण भागातील ७०% लोकसंख्येचा समावेश केला गेला. १९६४ मध्ये सर्व भारताचे क्षेत्र त्यामध्ये सामील झाले होते.

सारांश

लोकांना त्यांनी स्वत: निवडलेल्या प्रतिनिधीमार्फत विकास कार्यक्रमामध्ये सहभागी करून घेणे हा या योजनेचा हेतू होता. सामाजिक परिवर्तन, शेती विकास, स्वावलंबन, सहकार यांचा अवलंब करणे, हे हेतू या कार्यक्रम आखणीमध्ये होते.

बलवंतराय मेहता समिती (Balwantrai Mehta Committee)

प्रस्तावना

ग्रामीण भागाचा विकास, स्थानिक लोकांना विकास कार्यक्रमांत सहभागी करून घेणे हे सामूहिक विकास कार्यक्रमाचे उद्दिष्ट होते. परंतु ही उद्दिष्टे राबविण्यामध्ये अडचणी आल्या. आर्थिक विकास घडवून आणण्यासाठी हे कार्यक्रम अपुरे आहेत. म्हणून पंचवार्षिक योजना प्रकल्प समितीने गुजरातचे माजी मुख्यमंत्री बलवंतराय मेहता यांच्या अध्यक्षतेखाली १९५७ मध्ये एक समिती नियुक्त केली. त्या समितीत जे इतर सदस्य होते, ते म्हणजे ठाकूर फूलसिंग, बि.जी. राव आणि डी.पी. सिंग इत्यादी. सामुहिक विकास कार्यक्रमाची कार्यक्षमता तपासणे व या कार्यक्रमांची पुनर्रचना कशी करता येईल याबाबत सरकारला शिफारशी करण्यासाठी ही समिती नेमली होती. मेहता समितीचा अहवाल नोव्हेंबर १९५८ मध्ये मांडण्यात आला. त्यांनी स्थानिक शासनाची त्रिस्तरीय सूचना केली. यालाच लोकशाही विकेंद्रीकरण या नावाने ओळखले जाते. भारतात आज अस्तित्वात असलेली पंचायत राज्यव्यवस्था बलवंतराय मेहता समितीच्या शिफारशीवर आधारित आहे.

बलवंतराय मेहता समितीची कार्यकक्षा

१) सामुहिक विकास कार्यक्रम व राष्ट्रीय विस्तारयोजनांच्या अंमलबजावणीचा अभ्यास करणे.

२) सामुहिक विकास कार्यक्रम व राष्ट्रीय विस्तारयोजनांना लागणाऱ्या नोकरवर्गाचे प्रशिक्षण याचा अभ्यास करणे.

३) विकासाचा वेग वाढविण्यासंदर्भात अभ्यास करणे.

४) स्थानिक कार्यक्रमांना कितपत यश मिळाले याचा अभ्यास करणे.

५) विकास योजनांच्या खर्चात काटकसर करण्याबाबत शिफारशी करणे.

६) सत्तेचे विकेंद्रीकरण कसे करता येईल याबाबत शिफारशी करणे.

७) कृषी उत्पादन वाढविण्यासाठी हाती घेतलेल्या कार्यक्रमांच्या अंमलबजावणीसाठीच्या तरतुदींचा अभ्यास करणे.

८) शासकीय यंत्रणेची पुनर्रचना कशी करता येईल, यासंदर्भात शिफारशी करणे.

लोकशाही विकेंद्रीकरणाच्या बाबतीत मेहता समितीने केलेल्या शिफारशी पुढीलप्रमाणे आहेत-

१) त्रिस्तरीय पंचायत राज्याची स्थापना करावी. गावपातळीवर ग्रामपंचायत, मध्यमस्तरावर पंचायत समिती व शिखर स्तरावर जिल्हा परिषद अशी त्रिस्तरीय यंत्रणा सुचविली. लोकशाही विकेंद्रीकरणाचा प्रयोग यशस्वी व्हावयाचा असेल तर कामाची संपूर्ण जबाबदारी व सत्ता छोट्या संस्थांकडे सोपविली जावी. यासाठी विकास गट, हे एक आटोपशीर कार्यक्षेत्र मानले जावे. परंतु विकास गट हा लोकसंख्या, भौगोलिक विस्तार, आणि अर्थव्यवस्था लक्षात घेऊन निर्माण करावा.

२) विकास गटाच्या ठिकाणी (तालुका) एक पंचायत समिती असावी. तिला पंचायत समिती म्हणून ओळखले जावे. पंचायत राजव्यवस्थेत पंचायत समितीस प्रमुख शासकीय संस्थेचा दर्जा देण्याची शिफारस या समितीने केली. विकास गट हे कार्यक्षेत्र स्थानिक स्वराज्याचे प्रभावी घटक आहे. आणि तिचे सदस्य अप्रत्यक्षपणे ग्रामपंचायतीमार्फत निवडले जावे. गटाच्या क्षेत्रातील नगरपालिका, सहकारी संस्था आणि संघटना यांना समितीवर प्रतिनिधित्व द्यावे.

३) पंचायत समितीकडे निश्चित कामे सोपवावित. महसुलाच्या काही बाबींही सोपवाव्या. ग्रामपंचायतिची अंदाजपत्रके तपासून मंजूर करण्याचा अधिकार समितीला असावा.

४) वरील कामे पंचायत समितीकडे आल्यानंतर अस्तित्वात असलेल्या जिल्हा बोर्डाची आवश्यकता असणार नाही. ती बरखास्त करून त्याऐवजी जिल्हास्तरावर जिल्हा परिषद नावाची संस्था निर्माण करावी. तिच्याकडे जिल्ह्यातील पंचायत

समित्या व ग्रामपंचायती यांच्या कार्यामध्ये सुसुत्रता राखण्याची जबाबदारी सोपवावी.

५) जिल्हा परिषदेत सर्व पंचायत समितीचे सभापती आणि जिल्ह्यातील सर्व आमदार व खासदार आणि शासकीय पातळीवर काम करणारे सर्व अधिकारी सदस्य असावेत. जिल्हाधिकारी परिषदेचा अध्यक्ष असावा.

६) या परिषदेचे स्वरूप मार्गदर्शन करणारे, सल्ला देणारे, कामात सुसुत्रता घडवून आणणारे, पंचायत समितीवर देखरेख करणारे असावे. पंचायत समितीला लागणारे अनुदान जिल्हा परिषदेने मंजूर करून त्याचे त्यांच्यात वाटप करावे.

७) गावपातळीवर विशिष्ट लोकसंख्येला ग्रामपंचायत स्थापन करून तिचे सदस्य प्रौढ मतदानाच्या तत्त्वावर प्रत्यक्षपद्धतीने निवडावेत. या सदस्यात दोन महिला सदस्य व अनुसूचित जाती-जमातीचा प्रत्येकी एक सदस्यांस स्वीकृत करण्याची तरतूद असावी. काही निवडक ग्रामपंचायतींना जमीन महसूल गोळा करण्यासाठी मदतीसाठी निवडावे. तसेच एकूण जमा झालेल्या महसूलापैकी ७५ टक्के रक्कम द्यावी. ग्रामपंचायतीचे अंदाजपत्रक पंचायत समितीने मंजूर करावे. पंचायत समिती सोपवील ती कामे ग्रामपंचायतीने करावीत.

८) न्यायपंचायतीची स्थापना करण्यासाठी ग्रामपंचायतीने सुचविलेल्या यादीतून जिल्हा मॅजिस्ट्रेट किंवा उपविभागीय मॅजिस्ट्रेटने काही व्यक्ती निवडून त्यांची न्यायपंचायत स्थापन करावी. त्या गावापुरते मर्यादित काम या न्यायपंचायतीने करावे.

शिफारशींची स्वीकृती व अंमलबजावणी

राष्ट्रीय विकास परिषदेच्या स्थायी समितीने या समितीच्या शिफारशी स्वीकारल्या. राज्या-राज्यांमध्ये परिस्थिती भिन्न असल्याने लोकशाही विकेंद्रीकरण संकल्पना राबविण्यासाठी राज्यांनी स्वतंत्रपणे संस्थात्मक संरचना निश्चित कराव्यात. यासाठी केंद्र सरकारने पुढाकार घेतला. याला पंचायत राज्यव्यवस्था म्हटले. १९५९ साली विविध घटक राज्यांनी यासंदर्भात अभ्याससमित्या नियुक्त केल्या.

शिफारशींचे परीक्षण : काही बाबतीत या समितीने केलेल्या शिफारशी अपूर्ण आहेत.

१) ग्रामसभेकडे दुर्लक्ष केले.

२) पंचायत समितीऐवजी जिल्हा परिषद मुलभूत मानणे योग्य ठरले असते.

३) जिल्हा परिषदेचे अध्यक्षपद जिल्हाधिकाऱ्याकडे दिल्याने पंचायत राजव्यवस्थेमध्ये नोकरशाहीचे नियंत्रण राहिले.

सारांश

या समितीच्या शिफारशी राष्ट्रीय विकास परिषदेने जानेवारी १९५८मध्ये स्वीकारल्या होत्या व राज्य सरकारांना त्याची अंमलबजावणी करण्याचे आदेश दिले. मेहता समितीने शिफारशी केलेल्या पंचायती राजच्या चौकटीच्या अंतर्गत राहून स्थानिक गरजांनुसार पंचायत राजसंस्था स्थापन करण्याची सवलत राज्यांना होती. मेहता समितीचा अभ्यास करण्यासाठी महाराष्ट्र शासनाने जून १९६० वसंतराव नाईक समिती नेमली. या समितीच्या शिफारशीवर आधारित १९६१मध्ये विधीमंडळाने जिल्हा परिषद व पंचायत समिती कायदा केला. १ मे १९६२ रोजी महाराष्ट्रात पंचायत राजव्यवस्था अस्तित्वात आली. एकूणच बळवंतराय मेहता समितीवर आधारलेली पंचायत राजव्यवस्था महाराष्ट्र व इतर घटक राज्यांमध्ये अमलात आली.

सराव प्रश्न

१) स्वातंत्र्यपूर्व कालखंडातील स्थानिक स्वराज्य संस्थेची उत्क्रांती स्पष्ट करा.
२) ब्रिटिश कालखंडातील स्थानिक स्वराज्य संस्थेचा विकास किंवा उत्क्रांती स्पष्ट करा.
३) स्वातंत्र्योत्तर कालखंडातील स्थानिक स्वराज्य संस्थेचा विकास किंवा उत्क्रांती स्पष्ट करा.
४) सामुहिक विकास योजना म्हणजे काय हे सांगून त्यांची वैशिष्ट्ये लिहा.
५) बलवंतराय मेहता समितीने केलेल्या शिफारशी लिहा.

२ महाराष्ट्रातील स्थानिक शासनाच्या संदर्भातील विविध समित्या

(Various Committees of Local Self Government in Maharashtra)

अ) **वसंतराव नाईक समिती** (Vasantrao Naik Committee)
ब) **एल.एन. बोंगीरवार समिती** (L.N. Bongirwar Committee)
क) **प्राचार्य पी.बी. पाटील समिती** (Prin. P.B. Patil Committee)

अ) वसंतराव नाईक समिती (Vasantrao Naik Committee)

१ मे १९६० रोजी महाराष्ट्र राज्याची स्थापना झाली. बलवंतराय मेहता समितीच्या शिफारशीनुसार महाराष्ट्रात पंचायत राज्य स्थापनेसाठी महाराष्ट्र शासनाने वसंतराव नाईक समितीची स्थापना केली. त्या समितीचे अध्यक्ष तत्कालीन महसूल मंत्री वसंतराव नाईक हे होते. त्या समितीमध्ये ग्रीमाण विकास मंत्री भगवंतराव गाढे, शिक्षण मंत्री दौलतराव देसाई, अर्थखात्याचे सचिव मधुकर यादी, विकास आयुक्त दिनकर साठे सदस्य होते तर पी.जी. साळवी सचिव होते. या समितीने १५ मार्च १९६१ रोजी राज्य सरकारला अहवाल सादर केला. त्यामध्ये एकूण २२६ शिफारशी होत्या. या समितीच्या शिफारशीनुसार १ मे १९६२ रोजी महाराष्ट्रात त्रिस्तरीय स्थानिक शासनसंस्था स्वीकारली गेली.

लोकशाही विकेंद्रीकरणाची आवश्यकता

वसंतराव नाईक समितीच्या मते लोकशाही यशस्वी होण्यासाठी लोकशाही विकेंद्रीकरण आवश्यक आहे. त्यासाठी राज्यशासन व ग्रामपंचायत या लोकशाही यंत्रणा निर्माण करणे आवश्यक आहे. गाव, गट, जिल्हा या स्तरांवर स्थानिक संस्था निर्माण केल्या पाहिजेत. ग्रामपंचायत, पंचायत समिती व जिल्हा परिषद यामध्ये नाईक समितीने जिल्हा परिषदेकडे महत्वाची भूमिका दिली. राज्यशासनाने स्वत: स्थानिक कार्याबाबतच्या सर्व जबाबदाऱ्यांतून मुक्त व्हावे; स्थानिक संस्था ह्या निर्वाचित असाव्यात व प्रत्येक स्तरावर त्यांनी प्रत्यक्ष निवडणुका सुचविल्या. त्याचे प्रतिनिधित्व व्यापक ठेवून संस्थेचा पाया भक्कम असावा, अशी महत्त्वपूर्ण शिफारस नाईक समितीने केली. जिल्हा परिषदेत लोकसभा व विधानसभा सदस्यांना पदसिद्ध सदस्य म्हणून घेऊ नये; तसेच जिल्हा परिषदेच्या विकासकार्यामध्ये गतिमानता व कार्यक्षमता निर्माण व्हावी म्हणून जिल्हाधिकाऱ्यांऐवजी स्वतंत्र आयुक्त दर्जाचा अधिकारी जिल्हा परिषदेचा मुख्य प्रशासक असावा व सोयींसाठी समित्या निर्माण करण्याची सूचना केली होती.

नाईक समितीच्या शिफारशी

१) स्थानिक विकास व उपक्रम कार्यक्रमाची राज्याची जबाबदारी कमी करून ती स्थानिक प्रशासनाकडून पार पाडावी.

२) पंचायती राजव्यवस्था त्रिस्तरीय असावी. जिल्हा परिषद, पंचायत समिती व ग्रामपंचायत असे तीन स्तर असावेत. या तीन स्तरांवर जिल्हा हा उच्च स्तर असावा.

३) त्रिस्तरीय पंचायती राजचे सदस्य निवडणूक पद्धतीने निवडले जावेत.

४) लोकसभा व विधानसभा सदस्यांना जिल्हा परिषदेवर प्रतिनिधित्व देऊ नये.

५) जिल्हाधिकारी जिल्हा परिषदेच्या कार्यकारी कामकाजात हस्तक्षेप करू शकणार नाही.

६) जिल्हा परिषदेच्या प्रशासकीय राज्य स्तरावरील अधिकारी असावा.

७) जिल्हा परिषदेची सर्व कामे समित्यांची स्थापना करून करावीत.

८) स्थानिक क्षेत्राच्या विकासाची सर्व जबाबदारी जिल्हा परिषदेवर असावी.

९) १००० पासून २०००० लोकसंख्येसाठी ग्रामपंचायतची स्थापना करावी. त्या ग्रामपंचायतीत ग्रामसेवक अनिवार्य असेल.

१०) ग्रामराजस्वचा ३० टक्के हिस्सा ग्रामपंचायतीस व ७०टक्के हिस्सा जिल्हा परिषदेस मिळावा.

११) जिल्हा परिषद व ग्रामपंचायत यांच्यामधील प्रशासकीय दुवा म्हणून पंचायत समिती सुचविली.

१२) पंचायत समिती वैधानिक आधार असलेली संस्था असावी.

१२) गट विकास अधिकारी पंचायत समितीचा मुख्य प्रशासकीय अधिकारी असावा. प्रत्येक समितीला एक लाख अनुदान विकासासाठी द्यावे.

१३) जिल्हा परिषदेचा मतदारसंघ २५ ते ३० हजार लोकसंख्येचा असावा. मागास वर्ग, अनुसूचित जाती, जमाती व स्त्रिया यांचे प्रतिनिधी निवडून आले नाहीत; तर त्याचा एक प्रतिनिधी नियुक्त करावा. पंचायत समित्यांचे अध्यक्ष जिल्हा परिषदेचे पदसिद्ध सदस्य असावेत. सदस्यांची संख्या ४० पेक्षा कमी व ६० पेक्षा जास्त असू नये.

१४) सहकारी संस्थांचे पाच सदस्य जिल्हा परिषदेचे सहयोगी सदस्य असावेत.

१५) महत्त्वाच्या प्रश्नावर निर्णय घेण्यासाठी राज्य मंत्रिमंडळाची एक उपसमिती असावी. विभागीय स्तरावर सल्लागार समिती असावी.

१६) स्थानिक वित्तीय निगम (Local Finance Corporation)ची स्थापना करावी.

अहवाल सादरीकरण व स्वीकृती

१५ मार्च १९६१ रोजी वसंतराव नाईक समितीने आपला अहवाल महाराष्ट्र शासनाला सादर केला. त्यामध्ये २२६ शिफारशी होत्या. ८ सप्टेंबर १९६१ रोजी महाराष्ट्र विधिमंडळाने त्यास मंजूरी दिली. राज्यपालांच्या स्वीकृतीनंतर त्यास महाराष्ट्र जिल्हा परिषद आणि पंचायत समित्या अधिनियम १९६१ असे म्हटले गेले. १ मे १९६२ पासून त्याची अंमलबजावणी सुरू झाली.

सारांश

महाराष्ट्र शासनाने स्थानिक शासनाच्या संदर्भात शिफारशी करण्यासाठी वसंतराव नाईक समितीची स्थापना केली. या समितीच्या शिफारशीनुसार १ मे १९६२ रोजी महाराष्ट्रामध्ये पंचायत राजव्यवस्था लागू करण्यात आली. तसेच जिल्हा या घटकाला महत्त्वपूर्ण स्थान दिले गेले. एकूणच वसंतराव नाईक समितीने केलेल्या शिफारशी महाराष्ट्र शासनाने स्वीकारल्या या दृष्टीने या समितीचे महत्त्व सांगता येते.

ब) बोंगीरवार समिती (L.N. Bongirwar Committee)

पंचायत राज्यव्यवस्थेचे मूल्यमापन करण्यासाठी २६ फेब्रुवारी १९७० रोजी समिती नियुक्त करण्याचा निर्णय घेण्यात आला. त्यानुसार एल.एन. बोंगिरवार यांच्या अध्यक्षतेखाली पंचायत राज्याचे पुनर्मूल्यांकन करण्यासाठी २ एप्रिल १९७० रोजी समितीची स्थापना महाराष्ट्र शासनाने केली होती. बोंगीरवार समितीमध्ये ११ सदस्य होते. त्यांनी पंचायत राज्याचा अभ्यास करून त्यास अधिक कार्यक्षम करण्यासाठी २०२ शिफारशी सुचविल्या होत्या. सप्टेंबर १९७० मध्ये या समितीने आपला अहवाल शासनाला सादर केला.

बोंगीरवार समितीने केलेल्या शिफारशी

१) राज्यशासनाने राज्य, जिल्हा परिषद व पंचायत समितीने करावयाच्या सर्व कामाची स्पष्ट रूपरेखा तयार करावी. ती कामे करण्यासाठी वेगळी वित्तीय व्यवस्था केली जावी.

२) लोकसंख्या, भौगोलिक स्थिती, मागास वर्ग या निकषावर आधारित निधीचे वाटप करावे. या निकषावर आधारित जिल्हा परिषदेने पंचायतींना निधीचे वाटप करावे.

३) जमीन, राजस्व (कर) व सामाज यावरील अनुदानाच्या ५०टक्के रक्कम अनुसूचित जाती, जमातींच्या विकासासाठी वापरावी. अल्प व दूरच्या योजनांची आखणी करावी.

४) ५०० पेक्षा कमी व १०००० पेक्षा जास्त लोकसंख्येला ग्रामपंचायत स्थापन करू नये.

५) संसद व विधानसभा सदस्यांचा समावेश जिल्हा परिषदेत करू नये. चांगल्या सहयोगासाठी 'नियोजन व पुनर्मूल्यांकन समिती स्थापन करावी. त्यामध्ये संसद सदस्य व विधानसभा सदस्यांचा समावेश करावा.

६) जिल्हा परिषदेने पशुसंवर्धन व दुग्ध व्यवसाय यांच्या विकासावर लक्ष केंद्रित करावे.

७) ग्रामसेवक स्नातक असावा.

८) स्थानिक सेवा आयोग स्थापन करावा.

९) जिल्ह्याच्या भरतीप्रक्रियेत राज्य शासनाने जिल्हा परिषदेबरोबर विचार विनिमय करावा.

१०) ग्रामपंचायतींचा कार्यकाळ ५ वर्षांचा असावा.

११) नियोजन कार्यासाठी उपमुख्य कार्यकारी अधिकाऱ्याचे पद निर्माण करावे.

सारांश

एल.एन. बोंगीरवार यांच्या अध्यक्षतेखाली पंचायत राज्यव्यवस्थेचे मूल्यमापन करण्यासाठी महाराष्ट्र शासनाने बोंगीरवार समिती नियुक्त केली. या समितीने केलेल्या शिफारशी अभ्यासपूर्ण तसेच व्यावहारिक व उपयुक्त होत्या. म्हणूनच महाराष्ट्र शासनाने त्या स्वीकारल्या. या दृष्टीने बोंगीरवार समितीच्या शिफारशी महत्त्वपूर्ण असलेल्या दिसतात.

क) प्राचार्य पी.बी. पाटील समिती (Prin. P.B. Patil Committee)

राज्य सरकारने 'पंचायत राज' संस्थेचे मूल्यमापन करण्यासाठी जून १९८४ रोजी ही समिती स्थापन केली होती. या समितीने जून १९८६ मध्ये आपला अहवाल सादर केला. या समितीने पंचायत राज संस्थांना आर्थिकदृष्ट्या स्वयंपूर्ण करण्यासाठी आणि सत्तेचे विकेंद्रीकरण करण्याबाबत सूचना केल्या. या समितीने २२५ शिफारशी केल्या होत्या.

१) पंचायत राज्याच्या स्थापनेमागे जी उद्दिष्टे होती ती साध्य झालेली नाहीत. त्यासाठी या समितीने उपाययोजना सुचविल्या. कालबाह्य विचार व कामाच्या पद्धती टाकून दिल्या पाहिजेत. समाजातील श्रीमंत वर्गाचा लोकप्रतिनिधींकडे पाहण्याचा चुकीचा दृष्टिकोन व नोकरशाहीची कार्यपद्धती हे पंचायत राज्यव्यवस्थेपुढील दोन अडथळे आहेत. यावर उपाय म्हणून मूलगामी परिवर्तन गरजेचे आहे.

२) देशाचा प्रचंड मोठा आकार व लोकसंख्या यामुळे केंद्र व राज्य सरकारबरोबरच जिल्हा स्तरावरदेखील सत्ता दिली गेली पाहिजे. राज्यघटनेनुसार, कायद्यानुसार सत्तेचे विकेंद्रीकरण केले पाहिजे. प्रशासकीय सत्तेबरोबर आर्थिक सत्तेचे देखील विकेंद्रीकरण गरजेचे आहे. सामाजिक व आर्थिक परिवर्तनामध्ये जनतेचा सहभाग वाढविण्यासाठी स्वयंसेवी संस्था, सहकारी संस्था यांच्याकडे सार्वजनिक सेवा, समाजकल्याण, विकासकामे यांचे व्यवस्थापन दिले पाहिजे. स्थानिक शासनाने केवळ प्रशासनाचे काम करावे.

३) या समितीने केलेली महत्त्वपूर्ण शिफारस म्हणजे पंचायत राज्यव्यवस्थेच्या पुनर्रचनेची होय. पंचायत राज ही त्रिस्तरीय रचना असून ती जास्त मजबूत

करावी. महाराष्ट्रामध्ये सुमारे दोन हजार लोकसंख्येला ग्रामपंचायत, सुमारे एक लाख लोकसंख्येला पंचायत समिती व १५ ते २० लाख लोकसंख्येला जिल्हा परिषद अशी पुनर्रचना या समितीने सुचविली.

४) प्रत्येक जिल्ह्यात जिल्हा विकास नियोजन व मूल्यमापनमंडळ व नियोजन व मूल्यमापनकक्ष असावा. राज्यस्तरावर राज्य विकासमंडळ व स्थानिक स्वराज्य परिषद असावी. स्थानिक स्वराज्य सेवेसाठी स्थानिक स्वराज्यसेवा आयोग नेमावा. पंचायत राज्यासाठी जिल्हाविकास आयुक्त हे पद निर्माण करावे.

५) स्थानिक शासनसंस्थांच्या निवडणुका निश्चित व नियमित वेळेत घेण्यात याव्या. निवडणूक आयोगाकडून निवडणुका घेण्यात याव्यात.

६) भारतीय राज्याचे स्वरूप त्रिस्तरीय असावे. भारतीय राज्यघटनेत जिल्ह्याची कार्ये समाविष्ट करावीत. जिल्हास्तराने पूर्ण जबाबदारी पार पाडण्यासाठी त्यांना अधिकार द्यावेत.

७) राज्याकडील विकासासंबंधीची कामे व जिल्हा नियोजनाकडील कार्ये जिल्हा परिषदेकडे सोपवावीत. जिल्हा नियोजनाचे नियोजन कार्यान्वित करणे व मूल्यमापनाचे संपूर्ण अधिकार जिल्हा परिषदेला द्यावा.

८) ग्रामपंचायत, पंचायत समिती व जिल्हा परिषद यांचा समावेश स्थानिक शासनात करावा.

९) पंचायती राज याऐवजी स्थानिक शासन असा शब्दप्रयोग वापरावा. स्थानिक शासनामार्फत गाव व शहराचा विकास करावा.

१०) केंद्र सरकारच्या योजना जिल्हास्तरावर सोपविण्यात याव्यात.

११) स्थानिक शासनसंस्थांना कार्यक्षम बनविण्याचे स्वातंत्र्य असावे. वित्त आयोगाची स्थापना करावी.

१२) शिक्षणासाठी जिल्हा परिषदेत स्वतंत्र जिल्हा शिक्षणमंडळ स्थापन करावे.

१३) महिलांना ३० टक्के जागा आरक्षित ठेवाव्यात.

१४) परिवार संस्था, स्वयंसेवी संघटना, सहकारी संस्था व इतर संस्था यांचा स्थानिक शासनाच्या कार्यात सहभाग अधिक वाढवावा.

सारांश

प्राचार्य पी.बी. पाटील यांच्या अध्यक्षतेखाली महाराष्ट्र शासनाने पाटील समिती नियुक्त केली. पंचायत राजव्यवस्थेचे मूल्यमापन करण्याच्या दृष्टीने पाटील समितीने महत्त्वपूर्ण व परिपूर्ण तसेच अभ्यासपूर्ण अशा शिफारशी केल्या. पाटील समितीच्या शिफारशीदेखील उपयुक्त होत्या. महाराष्ट्र शासनाने त्या स्वीकारल्या या दृष्टीने ही समिती महत्त्वपूर्ण होती. अशा प्रकारे पी.बी. पाटील समितीच्या शिफारशी सांगता येतात.

सराव प्रश्न

१) महाराष्ट्रातील स्थानिक शासनाच्या संदर्भातील वसंतराव नाईक समितीने केलेल्या शिफारशी सांगा.

२) एल. एन. बोंगीरवार समितीने केलेल्या शिफारशी स्पष्ट करा.

३) प्राचार्य पी. बी. पाटिल समितीने महाराष्ट्रातील स्थानिक शासनाच्या संदर्भात केलेल्या महत्वपुर्ण शिफारशी स्पष्ट करा.

४) महाराष्ट्रातील स्थानिक शासनाच्या संदर्भात नेमलेल्या विविध समित्यांचा आढावा घ्या.

३ | त्र्याहत्तर व चौऱ्याहत्तरावी घटनादुरुस्ती

(73rd and 74th Amendments)

अ) त्र्याहत्तरावी घटनादुरुस्ती (73rd Amendment)
ब) चौऱ्याहत्तरावी घटनादुरुस्ती (74th Amendment)
क) त्र्याहत्तर व चौऱ्याहत्तराव्या घटनादुरुस्तीचे महत्त्व (Importance of 73rd and 74th Amendments)

प्रस्तावना

भारताने संसदीय शासनपद्धतीचा स्वीकार केलेला आहे. लोकशाहीतील सत्ता विकेंद्रीकरणाचे तत्त्व प्रत्यक्षात येण्यासाठी स्थानिक स्वराज्य संस्थांची निर्मिती करण्यात आली. बलवंतराय मेहता समिती स्थापन करून भारतामध्ये ग्रामीण व शहरी स्थानिक स्वराज्य संस्था निर्माण करण्यात आल्या. केंद्र व राज्य सरकारला या संदर्भामध्ये कायदे करण्याचा अधिकार देण्यात आला. लोकांच्या बदललेल्या अपेक्षा व निर्माण झालेल्या समस्या सोडविण्यासाठी घटनादुरुस्तीपद्धत आमलात आणली जाते. यानुसारच स्थानिक स्वराज्य संस्थांना जास्त अधिकार देण्यासाठी केंद्र सरकारने त्र्याहत्तर व चौऱ्याहत्तर ही घटनादुरुस्ती केली. राजकीय सत्तेचे विकेंद्रीकरण करणे हा या घटनादुरुस्तीचा मुख्य हेतू होता. या घटनादुरुस्तीने भारतीय राजकीय सत्तेमध्ये बदल झाला. आजपर्यंत ज्या समाजघटकांना सत्ता मिळालेली नव्हती त्या समाजघटकांना सत्ता मिळाली. लोकशाहीवरील त्यांचा विश्वास अधिक दृढ झाला.

अ) त्र्याहत्तरावी घटनादुरुस्ती (73rd Amendment)

बलवंतराय मेहता समितीच्या शिफारशीनुसार भारतामध्ये स्थानिक स्वराज्य संस्था स्थापन करण्यात आल्या. १९७८ ला अशोक मेहता यांच्या समितीने पंचायत राज्यव्यवस्थेचे मूल्यमापन केले. १९८६ साली ६४ वी घटनादुरुस्ती संसदेत मांडण्यात आली. परंतु राज्यसभेने ती अमान्य केली. नरसिंहराव सरकारच्या काळात पंचायती राज्यविषयक घटनादुरुस्तीला अंतिम स्वरूप देण्यात आले. २२ डिसेंबर १९९२ रोजी त्र्याहत्तरावी घटनादुरुस्ती करण्यात आली. स्थानिक स्वराज्य संस्था हा विषय राज्यसूचीमध्ये असल्याने सर्व घटक राज्य सरकारांनीदेखील त्याला मान्यता दिली. १९९४ साली या घटनादुरुस्तीतील बदल अमलात आले.

त्र्याहत्तराव्या घटनादुरुस्तीने केलेले बदल किंवा तरतूदी

ग्रामपंचायत, पंचायत समिती व जिल्हा परिषद या ग्रामीण स्थानिक स्वराज्य संस्थांसाठी म्हणजेच पंचायत राज्यसंस्थेसाठी त्र्याहत्तरावी घटनादुरुस्ती करण्यात आली. भारतीय राज्यघटनेच्या नवव्या भागात कलम क्र. २४३ मध्ये हा बदल समाविष्ट केला.

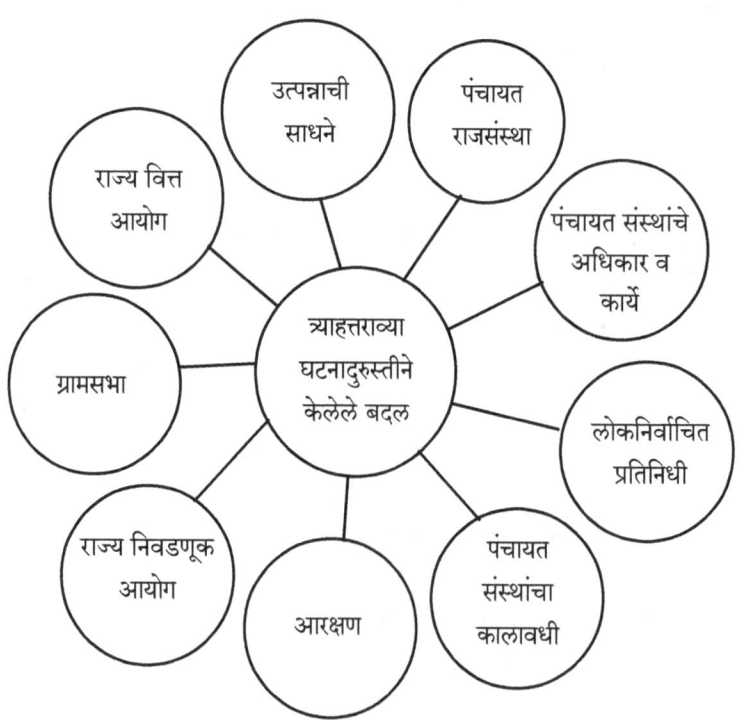

१) **ग्रामसभा :** त्र्याहत्तराव्या घटनादुरुस्तीने जी महत्त्वपूर्ण तरतूद केली ती म्हणजे ग्रामसभेला असणारा वैधानिक दर्जा जाऊन घटनात्मक दर्जा प्राप्त झाला. १९९४ पूर्वी ग्रामसभा शक्तीशाली नव्हती. १९९४ नंतर ती शक्तीशाली बनली. ग्रामसभा स्थापन करणे हे प्रत्येक घटक राज्यवर बंधनकारक करण्यात आले; तसेच त्यांना घटनात्मक अधिकार देण्यात आले.

२) **पंचायत राज्यसंस्था :** ग्रामपंचायत, पंचायत समिती व जिल्हा परिषद अशी पंचायतव्यवस्था संपूर्ण देशभर असेल, असा बदल या घटनादुरुस्तीने केला. यालाच त्रिस्तरीय व्यवस्था किंवा पंचायत राज्यव्यवस्था असे म्हटले जाते.

३) **लोकनिर्वाचित प्रतिनिधी :** लोकसंख्येच्या व भौगोलिक क्षेत्राच्या आधारे मतदारसंघ तयार केले जातील व प्रतिनिधी प्रत्यक्ष जनतेकडून निवडले जातील. लोकांकडून ग्रामीण स्थानिक संस्थांमध्ये प्रतिनिधी निवडण्याचा महत्त्वपूर्ण बदल या घटनादुरुस्तीने केला.

४) **आरक्षण :** अनुसूचित जाती-जमाती, महिला यांच्यासाठी लोकसंख्येच्या प्रमाणामध्ये राखीव जागा असतील. तसेच इतर मागास वर्गासाठी २७ टक्के आरक्षण असेल. महिलांसाठी ३३ टक्के आरक्षण ठेवण्यात आले. अनुसूचित जाती-जमातीतील महिलांसाठीदेखील आरक्षणाची तरतूद केली गेली. १९९२ साली महिलांसाठी ३० टक्के तर १९९४ मध्ये ३३ टक्के व २०१३ मध्ये ५० टक्के आरक्षणाची तरतूद आहे. राखीव मतदार संघ चक्राकार पद्धतीने असतील; तसेच अधिकार पददेखील राखीव ठेवण्यात आले.

५) **पंचायत संस्थांचा कार्यकाल :** या पंचायत संस्थांचा कार्यकाल ५ वर्षांचा असेल हे निश्चित करण्यात आले. काही कारणांमुळे या संस्था मुदतपूर्व बरखास्त झाल्या तर ६ महिन्याच्या आतमध्ये निवडणूक घेणे राज्य सरकारवर बंधनकारक असेल.

६) **पंचायत राज्यसंस्थांचे अधिकार व कार्ये** : त्र्याहत्तराव्या घटनादुरुस्तीने पंचायत राज्यसंस्थेच्या अधिकार व कार्याबाबत महत्त्वपूर्ण तरतूदी केल्या. कृषी, शिक्षण, पाणी, सामाजिक सलोखा, महिला व बालविकास अशा महत्त्वपूर्ण बाबी पंचायत राज्यसंस्थेकडे सोपविल्या. राज्यघटनेच्या ११ व्या परिशिष्टात त्या समाविष्ट केल्या.

७) **राज्य वित्त आयोग :** त्र्याहत्तराव्या घटनादुरुस्तीने पंचायत राज्यसंस्थांना अनुदान देण्याची जबाबदारी राज्य सरकारवर सोपवली. प्रत्येक ५ वर्षासाठी राज्यपाल राज्य वित्त आयोगाची स्थापना करतील. पंचायत राज्यसंस्थाना पैसे देणे, त्याची आर्थिक स्थिती सुधारणे यासंबंधी हा आयोग शिफारशी करेल.

८) **राज्य निवडणूक आयोग :** या घटनादुरुस्तीने राज्य निवडणूक आयोग स्थापन करण्यात आला. मतदार याद्या तयार करण्यापासून ते निवडणूक निकालापर्यंतची कार्ये करण्याची जबाबदारी राज्य निवडणूक आयोगावर सोपवण्यात आली. पंचायत राज्यसंस्थांच्या निवडणुका पार पाडण्याची जबाबदारी या आयोगावर सोपविण्यात आली.

९) **उत्पन्नाची साधने :** त्र्याहत्तराव्या घटनादुरुस्तीने पंचायत राज्यसंस्थांना उत्पन्नाची साधने उपलब्ध करून दिली. कर, जकात कर, पथकर वसूल करण्याचा अधिकार पंचायत राज्यसंस्थांना मिळाला.

ब) चौऱ्याहत्तरावी घटनादुरुस्ती (74th Amendment)

शहरी स्थानिक स्वराज्य संस्थासाठी चौऱ्याहत्तरावी घटनादुरुस्ती करण्यात आली. २२ डिसेंबर १९९२ रोजी चौऱ्याहत्तरावी घटनादुरुस्ती करण्यात आली.

७४ व्या घटना दुरूस्तीने केलेले बदल

१) **नागरी स्थानिक स्वराज्य संस्था :** चौऱ्याहत्तरावी घटनादुरुस्ती ही मुख्यत: हा शहरी स्थानिक स्वराज्य संस्थांसाठी केली गेली. शहरी स्थानिक स्वराज्य संस्थांच्या कारभारामध्ये सुधारणा घडवून आणण्याच्या हेतूने ही घटनादुरुस्ती करण्यात आली होती. राज्य विधिमंडळाने कायदा करून शहरी भागासाठी स्थानिक संस्था स्थापन कराव्यात असे म्हटले होते. त्यानुसार महाराष्ट्रात महानगरपालिका, नगरपालिका व छावणी बोर्ड या शहरी भागासाठी स्थानिक स्वराज्य संस्था स्थापन केल्या गेल्या. यामध्ये विविध समितीच्या माध्यमातून कामकाज चालवले जाईल.

२) **कार्यकाल :** या घटनादुरुस्तीने शहरी स्थानिक संस्थांचा कार्यकाल ५ वर्षाचा निश्चित करण्यात आला. ६ महिन्याच्या आतमध्ये निवडणुका घेणे राज्य सरकारवर बंधनकारक करण्यात आले.

३) **आरक्षण :** महिला, अनुसूचित जाती, जमाती यांच्यासाठी राखीव जागा ठेवण्यात आल्या. त्याचबरोबर अधिकार पदेदेखील राखीव ठेवण्यात आली.

४) **राज्य निवडणूक आयोग :** या घटनादुरुस्तीने शहरी स्थानिक संस्थांच्या निवडणुका नियमितपणे पार पाडण्यासाठी राज्य निवडणूक आयोगाची स्थापना केली.

५) **राज्य वित्त आयोग :** शहरी स्थानिक संस्थांना आर्थिकदृष्ट्या स्वयंपूर्ण करण्यासाठी राज्य वित्त आयोग निर्माण करण्यात आला.

६) **अधिकारक्षेत्र :** बांधकाम, पर्यावरण, दारिद्र्यनिर्मूलन यासारखे १८ विषय शहरी संस्थाकडे सोपविण्यात आले. राज्यघटनेच्या १२व्या परिशिष्टामध्ये त्याचा समावेश केला आहे.

७) **नियोजन व विकास समिती :** त्र्याहत्तर व चौऱ्याहत्तराव्या घटनादुरुस्तीने केलेले बदल सारखेच होते. त्र्याहत्तरावी घटनादुरुस्तीने केवळ ग्रामीण स्थानिक स्वराज्य संस्थांसाठी बदल केले तर चौऱ्याहत्तराव्या घटनादुरुस्तीने शहरी स्थानिक स्वराज्य संस्थांसाठी बदल केले. त्र्याहत्तर व चौऱ्याहत्तराव्या घटनादुरुस्तीतील एक महत्त्वपूर्ण फरक म्हणजे नियोजन व विकास समितीची तरतूद केवळ चौऱ्याहत्तराव्या घटनादुरुस्तीमध्ये आहे.

सारांश

१९९२ साली संसदेने त्र्याहत्तर व चौऱ्याहत्तराव्या घटनादुरुस्तीला संमती दिली परंतु त्याची अंमलबजावणी १९९४ पासून सुरू झाली. महाराष्ट्रामध्ये १९९४ पासून त्र्याहत्तर व चौऱ्याहत्तरावी घटनादुरुस्ती अमलात आली. स्थानिक स्वराज्य संस्थाच्या कारभारामध्ये या घटनादुरुस्त्यांनी महत्त्वपूर्ण बदल घडवून आणले. लोकशाही विकेंद्रीकरणाची संकल्पना प्रत्यक्ष व्यवहारामध्ये अमलात आणली. ज्या समाजघटकांना राजकीय प्रतिनिधित्व मिळू शकत नव्हते त्या समाजघटकांना स्थानिक पातळीवर प्रतिनिधित्व करण्याची संधी या घटनादुरुस्तीने प्राप्त करून दिली. अनुसूचित जाती, जमाती व महिला या घटकांचा केवळ राजकीय सहभाग वाढला नाही; तर त्यांना राजकीय प्रतिनिधित्वाची संधी तसेच राजकीय सत्तादेखील मिळाली. सरपंच, सभापती, अध्यक्ष, महापौर, नगराध्यक्ष ही सत्तेची पदे या वंचित घटकांना आरक्षणाच्या माध्यमातून या घटनादुरुस्तीच्या बदलामुळे मिळाली. राज्य निवडणूक आयोग, राज्य वित्त आयोग या संस्थांनीदेखील महत्त्वपूर्ण बदल घडवून आणले. मथितार्थ, भारताच्या तसेच महाराष्ट्राच्या स्थानिक स्वराज्य संस्थाच्या इतिहासामध्ये त्र्याहत्तर व चौऱ्याहत्तराव्या घटनादुरुस्तीला महत्त्वाचे स्थान आहे, कारण तिने स्थानिक पातळीवर महत्त्वपूर्ण बदल घडवून आणले व लोकशाहीचा विस्तार घडवून आणण्यामध्ये महत्त्वाची भूमिका बजावली.

क) त्र्याहत्तर व चौऱ्याहत्तराव्या घटनादुरुस्तीचे महत्त्व (Importance of 73rd and 74th Amendments)

प्रस्तावना

त्र्याहत्तर व चौऱ्याहत्तरावी घटनादुरुस्ती करण्यापूर्वी म्हणजे १९९४ पूर्वी स्थानिक स्वराज्य संस्थांचा कारभार सुरळीतपणे चालत नव्हता. स्थानिक संस्थांच्या निवडणुका वेळेवर होत नव्हत्या तसेच समाजातील सर्व घटकांना प्रतिनिधित्व मिळत नव्हते. अनुसूचित जाती, जमाती, महिला या घटकांना राजकीय सहभागाची संधी व राजकीय सत्ता मिळत नव्हती. स्थानिक स्वराज्य संस्थांकडे आर्थिक सत्ता नसल्याने त्यांना प्रभावीपणे कार्य करता येत नव्हते. तसेच त्याच्या कारभारामध्ये सतत हस्तक्षेप केला जात होता. ग्रामसभा तर केवळ कागदोपत्री होती. त्र्याहत्तर व चौऱ्याहत्तराव्या घटनादुरुस्तीने या सर्व मर्यादा पार केल्या. लोकशाहीवरील लोकांचा विश्वास अधिक दृढ होण्यासाठी, स्थानिक पातळीवर लोकांचा राजकीय सहभाग वाढविण्याच्या दृष्टीने या घटनादुरुस्तीचे महत्त्व अनन्यसाधारण आहे. शहरी व ग्रामीण स्थानिक स्वराज्य संस्थांकडे कोणते विषय असतील, हे विषयदेखील या घटनादुरुस्तीने निश्चित केल्याने या संस्थांना कार्य करण्याची एक निश्चित दिशा प्राप्त झाली. या घटनादुरुस्तीने या स्थानिक संस्थांना निश्चित उत्पन्नाची साधने उपलब्ध करून दिल्याने त्याची कार्यक्षमता व परिणामकारकता वाढली. एकूणच या घटनादुरुस्तीने लोकशाही विकेंद्रीकरणाच्या दृष्टीने महत्त्वपूर्ण भूमिका बजावली. त्र्याहत्तर व चौऱ्याहत्तराव्या घटनादुरुस्तीचे महत्त्व खालीलप्रमाणे सांगता येते–

१) ग्रामीण व शहरी स्थानिक स्वराज्य संस्थांना घटनात्मक संरक्षण दिले.

२) स्थानिक स्वराज्य संस्थाना आर्थिक ताकद मिळवून दिली.

३) ५ वर्षांनी निवडणुका घेणे बंधनकारक असल्याने या संस्थांना राजकीय स्थैर्य प्राप्त झाले.

४) राज्य निवडणूक आयोगामुळे निःपक्षपातीपणे निवडणुका होऊ लागल्या.

५) महिलांना ३३ टक्के आरक्षण व अधिकारपदे मिळाल्याने राजकीय सहभाग वाढला. आता ५० टक्के आरक्षण मिळाले त्यामुळे समान राजकीय नेतृत्वाची समान संधी मिळाली आहे.

६) अनुसूचित जाती, जमातीसाठी आरक्षण ठेवल्याने लोकशाही प्रक्रियेमध्ये त्यांना सामावून घेता आले.

७) अनुसूचित जाती, जमाती व महिलांना आरक्षणाच्या माध्यमातून राजकीय सहभाग घेता आला.

८) स्थानिक स्वराज्य संस्थाकडचे विषय निश्चित झाल्याने त्यांना प्रभावीपणे कार्य करता येऊ लागले.

त्र्याहत्तर व चौऱ्याहत्तराव्या घटनादुरुस्तीने राजकीय सत्तेचे विकेंद्रीकरण घडवून आणले. स्थानिक स्वराज्य संस्थाना आर्थिक राजकीय ताकद देऊन त्यांना बळकट केले. महिला, अनुसूचित जाती, जमाती यांचा राजकीय सहभाग वाढविला म्हणूनच भारतीय राज्यकीय व्यवस्थेमध्ये या घटनादुरुस्तीला महत्त्वपूर्ण स्थान आहे.

सारांश

पंचायत राजसंस्था व शहरी स्थानिक संस्थांच्या संदर्भातील घटनादुरुस्ती म्हणजे त्र्याहत्तर व चौऱ्याहत्तरावी घटनादुरुस्ती होय. संसदेने केलेल्या घटनादुरुस्तीनुसार महाराष्ट्र राज्यानेदेखील त्यानुसार बदल केले. १९९४ पासून महाराष्ट्रात त्र्याहत्तर व चौऱ्याहत्तराव्या घटनादुरुस्तीची अंमलबजावणी सुरू झाली. राज्य निवडणूक आयोग, राज्य वित्त आयोगाची स्थापना करण्यात आली. अनुसूचित जाती, जमाती व महिलांसाठीच्या ज्या राखीव जागांची तरतूद ठेवण्यात आली त्याची अंमलबजावणी करण्यात आली. महाराष्ट्र राज्याने महिलांसाठी स्थानिक संस्थांमध्ये ५० टक्के जागा राखीव ठेवून क्रांतीकारक बदल घडवून आणला आहे. स्थानिक संस्थांमध्ये महिलांना समान प्रतिनिधित्वाची संधी उपलब्ध करून दिलीआहे तसेच राजकीय सत्तेची पदेदेखील वंचित घटकांना आरक्षणाच्या माध्यमातून दिली गेली आहेत; स्थानिक नेतृत्व उदयाला येण्यामध्ये या घटनादुरुस्तीने महत्त्वपूर्ण भूमिका बजावली आहे. विकास व निर्णयप्रक्रियेमध्ये लोकांचा जास्तीत जास्त सहभाग वाढविण्याच्या दृष्टीने या घटनादुरुस्तीचे महत्त्व अनन्यसाधारण आहे.

सराव प्रश्न

१) चौऱ्याहत्तराव्या घटनादुरुस्तीने केलेले बदल सांगा.

२) चौऱ्याहत्तराव्या घटनादुरुस्तीने केलेले बदल सांगा.

३) त्र्याहत्तराव्या घटनादुरुस्तीचे महत्त्व सांगा.

४) चौऱ्याहत्तराव्या घटनादुरुस्तीचे महत्त्व सांगा.

५) महाराष्ट्रातील स्थानिक शासनाच्या संदर्भात ७३ व ७४ व्या घटनादुरुस्तींनी केलेले बदल सांगून त्याचे महत्व स्पष्ट करा.

४ ग्रामीण स्थानिक संस्था : रचना, अधिकार आणि कार्ये

(Rural Local Bodies : Composition, Power and Functions)

अ) ग्रामसभा आणि ग्रामपंचायत (Gram Sabha and Gram Panchayat)
ब) पंचायत समिती (Panchayat Samiti)
क) जिल्हा परिषद (Zillah Parishad)

अ) ग्रामसभा व ग्रामपंचायत (Gram Sabha and Gram Panchayat)

ग्रामसभा : रचना

ज्या गावामध्ये ग्रामपंचायत आहे त्या गावामध्ये मुंबई ग्रामपंचायत अधिनियम १९५८ च्या कलम १८६(१) नुसार ग्रामसभा स्थापन करणे महाराष्ट्र शासनाला बंधनकारक आहे. गावातील सर्व मतदारांची सामान्य सभा म्हणजे ग्रामसभा होय. ग्रामपंचायत ही ग्रामसभेची कार्यकारी समिती असते. तिच्यामार्फत गावाचा कारभार केला जातो. साधारणपणे ग्रामपंचायत स्थापन करण्याबाबतच्या ज्या अटी आहेत त्या अटीवरच ग्रामसभेची रचना केली जाते. ह्याचा अर्थ त्या क्षेत्रातील किंवा गावातील लोकसंख्या कमीतकमी ६०० असावी लागते. भारतातील सर्वच घटक राज्यांचा विचार केला तर कमीतकमी ६०० ते जास्तीत जास्त ५००० लोकसंख्या असलेल्या गावाकरता ग्रामपंचायत

स्थापन केली जाते. ग्रामसभा, सरपंच, ग्रामसेवक, ग्रामरक्षादल, न्यायपंचायती ही ग्रामपंचायतीची प्रशासकीय अंगे मानली पाहिजेत. यामध्ये ग्रामसभा हा अत्यंत महत्त्वाचा घटक आहे. ओरिसामध्ये ग्रामसभेला पालीसभा; बिहारमध्ये पंचायत; तर आसाम, दिल्ली व उत्तरप्रदेशमध्ये तिला गावसभा म्हणतात. महाराष्ट्रामध्ये तिला ग्रामसभा म्हणतात.

आंध्रप्रदेश, केरळ, तमिळनाडू, कर्नाटक व राजस्थान ही राज्ये वगळता इतर राज्यात ग्रामसभाही कायदेशीर संस्था मानली जाते. बलवंतराय मेहता समितीच्या अहवालात ग्रामसभेची गरज स्पष्ट केलेली नाही. याचा अर्थ ग्रामसभा हा नंतरच्या काळात झालेला विकास आहे. १९४७ नंतर बिहार व उत्तरप्रदेशात ग्रामसभा अस्तित्वात होत्या. ग्रामसभेची रचना सर्वत्र सारखीच असल्याचे दिसून येत नाही.

१) कर्नाटक, राजस्थान या राज्यातील ग्रामपंचायत कायद्यानुसार पंचायतीच्या क्षेत्रातील सर्व प्रौढांची सभा घेण्याची तरतूद आहे.
२) आंध्र, ओरिसा या राज्यांमध्ये ती गावातील सर्व रहिवाशांची सभा आहे.
३) इतर घटक राज्यांमध्ये ती प्रौढ मताधिकार प्राप्त झालेल्यांची व मतदार यादीत नाव असलेल्यांची सभा आहे. जी व्यक्ती मानसिक रुग्ण, दिवाळखोर आहे व ज्या व्यक्तीला फौजदारी गुन्ह्याखाली शिक्षा झालेली आहे अशा व्यक्तीला ग्रामसभेचे सभासदत्व मिळत नाही.

कामाचे स्वरूप

ग्रामसभा खऱ्या अर्थाने केवळ लोकांची प्रातिनिधिक सभा नाही; तर ती स्वतः लोक म्हणजे जनता आहे. पंचायती राज्याच्या संरचनेत ही एकच अशी राजकीय संस्था आहे की ज्या संस्थेमध्ये प्रत्यक्ष लोकशाही दिसून येते, असे पंचायती राज्य चळवळीतील ग्रामसभेच्या स्थानाचा अभ्यास करणाऱ्या गटाने दिलेल्या अहवालात स्पष्ट केलेले आहे. तसेच १९५९ मध्ये स्थानिक शासनाच्या केंद्रीय समितीने ग्रामसभेची महत्त्वाची भूमिका स्पष्ट केली आणि म्हटले की, पंचायती राज्यव्यवस्थेमध्ये जनतेच्या मनात पंचायती राज्याबद्दल आवड व आस्था निर्माण करणे, ग्रामीण विकासात जनतेचा सहभाग वाढविणे, हीच ग्रामसभेची महत्त्वाची भूमिका आहे. (सामूहिक विकास आणि सहकार मंत्रालय, नवी दिल्ली, अहवाल १९६३.)

ग्रामसभेचे अधिकार व कामे

ग्रामसभेला खालील अधिकार असून त्या अनुषंगाने तिला पुढील महत्त्वाची कामे करावी लागतात.

१) ग्रामपंचायतीचे वार्षिक जमा-खर्च तपासणे, ते मान्य करणे; तसेच लेखापरीक्षणाचे अहवाल मान्य करणे. म्हणजेच ग्रामपंचायतीचे वार्षिक अंदाजपत्रक मंजूर करणे.

२) ग्रामपंचायतीचे मागील वार्षिक प्रशासनविषयक अहवाल, हिशोब व ऑडिट अहवाल मान्य करणे. तसेच आगामी वर्षाच्या कार्यक्रमांना संमती देणे.

३) कर लागू करण्याबाबतच्या प्रस्तावांना संमती देणे; तसेच सार्वजनिक सेवा, स्वयंस्फूर्त श्रम इ.चा समावेश असलेल्या कार्यक्रमाच्या स्वरूपांना संमती देणे.

४) ग्रामपंचायतीचे सभासद निवडणे.

५) गावातील उत्पादनव्यवस्थेच्या योजनेला मंजूरी देणे.

कार्यपद्धती

महाराष्ट्रात ग्रामसभेच्या वर्षातून कमीतकमी दोन बैठका घ्याव्यात, असे कायदेशीर बंधन आहे. ग्रामपंचायतीचा प्रमुख म्हणजे सरपंच हा ग्रामसभेच्या बैठका आयोजित करतो. सरपंच उपस्थित नसेल तर उपसरपंचांना हे कार्य करावे लागते. सरपंचाने किंवा उपसरपंचाने ग्रामसभेची बैठक आयोजित करण्यामध्ये टाळाटाळ केली, दिरंगाई केली किंवा बोलाविली नाही तर तो त्याच्या पदावर काम करण्यास पात्र नाही, असे ठरविता येते. ग्रामसभेच्या अध्यक्षस्थानी सरपंच किंवा उपसरपंच असतात. त्याच्या गैरहजेरीत ग्रामपंचायत सदस्यांपैकी एकाची ग्रामसभेच्या अध्यक्षपदी निवड केली जाते. ग्रामसभेच्या वर्षातील दोन बैठकांपैकी पहिली बैठक आर्थिक वर्ष सुरू झाल्यानंतर दोन महिन्यांच्या आतमध्ये बोलवावी लागते. या ग्रामसभेच्या बैठकीत ग्रामपंचायतीचे वार्षिक हिशोब, प्रशासकीय अहवाल, चालू वर्षात अमलात आणावयाच्या विकास योजनांचा आराखडा, मागील वर्षाचे लेखा परीक्षण अहवाल मांडले जातात. त्यामुळे ग्रामपंचायतीला आपल्या कामामध्ये सुधारणा करण्याबरोबरच भविष्यकाळाचेदेखील अचूक नियोजन करता येते. पंजाबमध्ये ग्रामसभेच्या बैठका वर्षातून २ वेळा होतात. पहिली बैठक सावनी व दुसरी बैठक हारी या हंगामात भरते. तेथील पंचायत कायद्यानुसार ग्रामसभेच्या सावनी बैठकीत ग्रामपंचायतीने तयार केलेल्या ग्रामसभांना मान्यता देणे; तर हारी बैठकीत ग्रामपंचायतीच्या अहवालाला संमती देणे. ओरिसा राज्यामध्ये ग्रामसभेची बैठक वर्षातून एकदाच भरते. त्यासाठी विशेष तरतूद करण्यात आली आहे. तेथील ग्रामपंचायत नियमानुसार ग्रामसभा (पालीसभा) हाती घ्यावयाच्या विकास कार्यक्रमाबाबत स्पष्टीकरण करते. शिवाय आपल्या कार्यक्रमात सर्व सुदृढ स्त्री-पुरुषांकडून श्रम करून घेण्याची सूचना ग्रामसभा करू शकते. अशा प्रकारची तरतूद ओरिसाप्रमाणेच आंध्र, उत्तरप्रदेश, राजस्थान आणि पंजाब या

राज्यातही आहे. बहुतांश घटक राज्यांमध्ये ग्रामसभेची बैठक वर्षातून दोनदा होते. जम्मू-काश्मीरमध्ये मात्र ही बैठक एकदाच होते.

ग्रामसभा हा लोकशाहीचा पाया

ग्रामसभा हा पंचायती राज्याचा महत्त्वाचा पाया आहे. म्हणून एक महत्त्वाची स्थानिक स्वराज्य संस्था या नात्याने तिने कार्य केले पाहिजे. ग्रामपंचायतीने लोकशाही पद्धतीने कार्य करावे याकरता ग्रामसभेने तिच्यावर प्रभाव टाकला पाहिजे. परंतु दुर्दैवाने ग्रामसभा प्रभावीपणे काम करताना दिसत नाही. त्याची कारणे खालीलप्रमाणे-

१) ग्रामसभेच्या बैठका सातत्याने होत नाही. शिवाय तिच्या कामकाजाला प्रसिद्धी दिली जात नाही.

२) ग्रामसभेचे सभासद तिच्या कामकाजामध्ये उत्साहाने भाग घेत नाहीत.

३) बलवंतराय मेहता समितीने केलेल्या शिफारशीमध्ये ग्रामसभेची तरतूद केली नव्हती.

ग्रामसभा हा पंचायती राज्यातील सर्वात कनिष्ठ स्तर असल्याने राज्य सरकारकडून व पंचायती राज्यसंस्थांकडून तिला खऱ्या अर्थाने कायदेशीर मान्यता मिळाली नाही. म्हणून पंचायत राज्याची संकल्पना यशस्वी करावयाची असेल तर लोकशाहीचा पाया समजल्या जाणाऱ्या या सभेने कार्यक्षमतेने काम केले पाहिजे व ग्रामस्थांना ग्रामपातळीवर सहभाग घेण्यास व संघटित भूमिका घेण्यास प्रशिक्षित केले पाहिजे.

कार्यक्षेत्र

ग्रामसभेचे कार्यक्षेत्र महसुली गावापुरते मर्यादित असते. आसाम, गुजरात, महाराष्ट्र, पंजाब, राजस्थान आणि उत्तरप्रदेश या राज्यामध्ये काही गट ग्रामसभा आहेत व प्रत्येक राज्यामध्ये त्यांची सदस्यसंख्या वेगवेगळी असल्याचे दिसून येते. म्हणजे कमीतकमी २५० ते जास्तीतजास्त ५००० अशी सदस्यसंख्या दिसून येते.

सारांश

पंचायत राजव्यवस्थेतील सर्वात कनिष्ठ परंतु महत्त्वाचा असा भाग म्हणून ग्रामसभेकडे पाहिले जाते. लोकशिक्षण, लोकजागृती, लोकनियंत्रण ग्रामीणस्तरावर साध्य करण्यासाठी ग्रामसभा उपयुक्त संस्था आहे. ग्रामसभेच्या माध्यमातून गावातील लोकांचा गावविकासामध्ये सहभाग वाढविता येतो. ग्रामसभेचे कार्यक्षेत्र गावापुरते मर्यादित असले तरी गावाच्या समस्या सोडविण्यामध्ये व गावाच्या विकासामध्ये तिची भूमिका महत्त्वपूर्ण आहे.

अ) ग्रामपंचायत

प्रस्तावना

त्रिस्तरीय पंचायत राज्यव्यवस्थेतील पायाभूत घटक म्हणजे 'ग्रामपंचायत' होय. महाराष्ट्रातील ग्रामपंचायतीचा कारभार १९५८ या कायद्यातील तरतुदी व त्यामध्ये केलेल्या दुरुस्त्यांनुसार केला जातो. जिल्हा परिषद व पंचायत समित्यांपेक्षा स्वतंत्र पद्धतीने महाराष्ट्रात ग्रामपंचायतीची निर्मिती झालेली असली; तरीसुद्धा ग्रामपंचायत कार्याच्या दृष्टीने जिल्हा परिषद व पंचायत समिती यांच्याशी संलग्न असते.

ग्रामपंचायतीची रचना

ग्रामसभेची कार्यकारी समिती म्हणजे ग्रामपंचायत होय. ग्रामसभेमधून ग्रामपंचायतीचे सदस्य निवडले जातात. ग्रामपंचायतीची रचना विविध राज्यांमध्ये भिन्न आहे. कमीत कमी पाच व जास्तीत जास्त ३५ सभासद ग्रामपंचायतीमध्ये असतात. महाराष्ट्रात ही संख्या ७ ते १७ अशी आहे. जिल्हाधिकारी लोकसंख्येनुसार ग्रामपंचायतीची सदस्य संख्या निश्चित करतो. ६००पेक्षा जास्त लोकसंख्या असलेल्या गावांसाठी स्वतंत्र ग्रामपंचायत स्थापन करण्यात येते. तर ६०० पेक्षा कमी लोकसंख्या असलेल्या गावांसाठी ग्रुप ग्रामपंचायत स्थापन करण्यात येते. ही संख्या लोकसंख्येच्या प्रमाणात पुढे दिल्याप्रमाणे असते.

लोकसंख्या	सभासद संख्या
१००० किंवा कमी लोकसंख्या	७ सभासद
१००० ते २००० लोकसंख्या	९ सभासद
२००० ते ३००० लोकसंख्या	११ सभासद
३००० ते ४००० लोकसंख्या	१३ सभासद
४००० पेक्षा जास्त लोकसंख्या	१७ सभासद

महाराष्ट्रातील ग्रामपंचायती

अ. क.	विभाग	क्षेत्रफळ	लोकसंख्या	जिल्हे	ग्रामपंचायत
१	कोकण	३०७२८	२४८८३८३०	७	३०१७
२	नाशिक	५७४४०	१५७३६७८४	५	४८९९
३	पुणे	५७२७५	१९९९७७७८	५	५६७०
४	औरंगाबाद	६४८१३	१५६२९२४८	८	६६३८
५	अमरावती	४६०३५	९९४८३६६	५	३९४९
६	नागपूर	५१२८६	१०६८२६२१	६	३७००
७	एकूण	३०७५७७	९६८७८६२७	३६	२७८७३

महाराष्ट्रामध्ये एकूण २७८७३ ग्रामपंचायती आहेत. औरंगाबाद विभागामध्ये सर्वात जास्त ग्रामपंचायतीची संख्या आहे. २७८७३ ग्रामपंचायतींपैकी ६६३८ ग्रामपंचायती औरंगाबाद विभागामध्ये आहेत. त्यानंतर पुणे विभागामध्ये ५६७० ग्रामपंचायतींची संख्या आहे. नाशिक विभागामध्ये ४८९९, अमरावती विभागामध्ये ३९४९, नागपूर विभागामध्ये ३७०० ग्रामपंचायतींची संख्या आहे. सर्वात कमी ग्रामपंचायती कोकण विभागात आहेत. २७८७३ पैकी ३०१७ ग्रामपंचायती कोकण विभागात आहेत.

ग्रामपंचायतीचा कार्यकाल

ग्रामपंचायतीचा कार्यकाल पूर्वी चार वर्षांचा होता. बोंगीरवार समितीने पाच वर्षे कार्यकालाची शिफारस केली आहे. सध्या पाच वर्षे कार्यकाल आहे. ग्रामपंचायतींना मुदतवाढ देता येत नाही. त्या बरखास्त केल्यास ६ महिन्यांच्या आतमध्ये निवडणूक घेणे कायदेशीररीत्या बंधनकारक आहे.

ग्रामपंचयातीच्या सभासदांची निवड

ग्रामपंचायत सभासदांची निवड प्रौढ मताधिकारानुसार व गुप्त मतदानपद्धतीने होते. जेवढे सभासद निवडावयाचे तेवढेच वॉर्ड (प्रभाग) तयार केले जातात. प्रत्येक वॉर्डातून एक सभासद निवडला जातो. अनुसूचित जाती, जमातीसाठी राखीव जागांची तरतूद आहे. महाराष्ट्रात दोन जागा स्त्रियांसाठी राखीव ठेवण्यात येत होत्या. परंतु १९९४ पासून स्त्रियांसाठी ३३ टक्के जागा राखीव ठेवण्यात येत आहेत व आता ५० टक्के जागा राखीव आहेत.

ग्रामपंचायतीचे पदाधिकारी

प्रत्येक ग्रामपंचायतीला एक सभापती असतो, त्याला सरपंच म्हणतात. महाराष्ट्रात निवडून आलेल्या सभासदांमधून एकाची 'सरपंचपदी' व दुसऱ्याची 'उपसरपंचपदी' निवड केली जाते. सरकारी सुधारआयोगांच्या मते, 'सरपंचाची निवडणूक न होता, त्यांची निवड करण्यात यावी. कारण गावातील प्रत्येकाचे संबंध इतके घनिष्ठ असतात, की कोणी कोणास मतदान केले, हे समजते. त्यामुळे गरीब लोकांचे जीवन हालाखीचे बनते.' इतर काही घटक राज्यांमध्ये मात्र मतदारामार्फत प्रत्यक्ष पद्धतीने सरपंचाची निवड होते.

ग्रामपंचायतीच्या सरपंचाचे कार्य व अधिकार

१. ग्रामपंचायतीने पास केलेल्या ठरावांची अंमलबजावणी करणे.

२. ग्रामपंचायत आणि ग्रामसभा यांच्या बैठकीचे अध्यक्षस्थान स्वीकारणे.

३. ग्रामसेवकाच्या कार्यावर देखरेख आणि नियंत्रण ठेवणे.

४. ग्रामपंचायतीच्या पैशांच्या व्यवहारावर देखरेख व नियंत्रण ठेवणे.

५. पंचायत समिती आणि ग्रामपंचायत यातील दुवा म्हणून काम करणे.

६. ग्रामपंचायतीच्या बैठकांचे अध्यक्षांचे स्थान स्वीकारणे व बैठकांच्या कार्याचे संचलन करणे.

७. ग्रामपंचायतीची सर्व कागदपत्रे व रजिस्टर आपल्या ताब्यात ठेवणे.

८. ग्रामपंचायतीत काम करणाऱ्या कर्मचाऱ्यांवर देखरेख व नियंत्रण ठेवणे.

९. ग्रामपंचायतीची आवक पहाणे, यात पैसा घेणे, त्याचे वाटप करणे व सर्व पैशाची जबाबदारी घेणे याचा समावेश आहे.

१०. पंचायत समिती, जिल्हा परिषद किंवा सरकार यांना आवश्यक असणारी माहिती पाठविणे.

सरपंचाची पदरिक्तता

सरपंच आपल्या पदाचा राजीनामा जिल्हा परिषदेच्या अध्यक्षाकडे लिखित स्वरूपात पाठवू शकतो. परंतु जोपर्यंत तो मंजूर होत नाही तोपर्यंत, त्याला पदाचा त्याग करता येत नाही. २/३ बहुमताचा ठराव पास करून, सरपंचाला काढता येते. तसेच त्याच्याविरुद्ध न्यायालयामध्ये फौजदारी खटला चालू असेल, तर त्याला जिल्हाधिकारी निलंबित करू शकतात.

ग्रामसेवक (Village Development Officer - V.D.O.)

गावातील लोक आणि पंचायत समिती यांना जोडणारी व्यक्ती म्हणजे 'ग्रामसेवक' होय. ग्रामपंचायतीचे कार्यालयीन कामकाज व दैनंदिन व्यवहार पाहण्यासाठी ग्रामसेवक या सरकारी कर्मचाऱ्याची नियुक्ती केली जाते. ३००० पेक्षा जास्त लोकसंख्या असलेल्या गावासाठी स्वतंत्र ग्रामसेवक असतो, त्यापेक्षा कमी लोकसंख्या असल्यास ४ ते ५ गावांसाठी एक ग्रामसेवक असतो. त्याची नेमणूक आणि वेतन राज्य सरकार करते.

ग्रामीण लोकांना त्यांच्या प्रश्नांची जाणीव करून देणे, त्यांचे राहणीमान उंचावणे, त्यांच्या उत्पन्नात वाढ घडवून आणणे अशी कार्ये ग्रामसेवकाला करावी लागतात. तो पूर्णवेळ सेवक असतो. ग्रामीण लोक त्याला 'ग्रामविकासाचा तज्ज्ञ' म्हणून ओळखतात. लोक त्याच्यासमोर आपल्या अडचणी मांडतात. ग्रामसेवक आणि लोकांत सुसंवाद असेल तर विकास सहज शक्य होतो. शेती विकासासाठी बी-बियाणे, आधुनिक अवजारे, रासायनिक खते इत्यादींचा वापर करण्यास तो लोकांना सांगतो; त्यामुळे शेतीचे उत्पन्न वाढते.

ग्रामसेवकाला प्रशासकीय कामाशिवाय विकास कामेदेखील करावी लागतात. मेहता समितीने असे सुचविले की, त्याला शेती आणि पशूसंवर्धनापुरतीच जबाबदारी द्यावी व त्याला ग्रामपंचायतीचा 'विकास सचिव' म्हणून ओळखण्यात यावे. केंद्रीय सामुदायिक विकास मंत्रालयाने असे सुचविले की, त्याला 'विस्तार कार्यकर्ता' म्हणून ओळखावे. राजस्थानमध्ये ग्रामसेवकाला ग्रामपंचायतीचा 'विकास सचिव' म्हणून नियुक्त करण्यात आले आहे. त्याला दोन गावे देण्यात आली. प्रशासकीय जबाबदारी पंचायत सेक्रेटरीला देण्यात आली.

बलवंतराय मेहता समितीच्या शिफारशीनुसार त्याला ६४ कामे करावी लागतात. विकासकार्य आणि राजस्वकार्य ही कामेसुद्धा त्याला देण्यात आली आहेत. म्हणून आज त्याची ११४ कामे झाली आहेत.

ग्रामसेवकाची महत्त्वाची कार्ये खालीलप्रमाणे आहेत –

१. पूर्ण शेतीविस्तार कार्यक्रम.
२. पूर्ण पशूसंवर्धन कार्यक्रम.
३. स्वास्थ्यासंबंधी पहिली मदतसेवा.
४. प्राथमिक आणि सामाजिक शिक्षणप्रसार.
५. श्रमदान आयोजित करणे.
६. सहकारी संस्थांच्या कार्याची माहिती देणे.

एकूणच गावाच्या विकासामध्ये राजकीय प्रमुख म्हणून सरपंचाची तर प्रशासकीय प्रमुख म्हणून ग्रामसेवकाची भूमिका महत्त्वपूर्ण आहे.

ग्रामपंचायतीची कार्ये

जिल्हा परिषदेच्या मार्गदर्शनाखाली आणि ग्रामपंचायतीच्या वित्तीय मर्यादेमध्ये राहून ग्रामपंचायतीला प्रामुख्याने खालील कार्ये करावी लागतात-

१) आरोग्यविषयक कार्ये

१. पिण्याच्या पाण्याची तसेच जनावरांसाठी पाण्याची सोय करणे.

२. सार्वजनिक विहिरी, रस्ते, गटारे इत्यादी स्वच्छ ठेवणे.

३. आरोग्याविषयी उपद्रवी गोष्टी थांबविणे; तसेच मृत जनावरे गावाबाहेर पाठवून त्यांची विल्हेवाट लावणे, जेणेकरून आरोग्य अबाधित राहिल.

४. स्मशानभूमीची योग्य प्रकारे व्यवस्था करणे.

५. बागा व खेळाच्या मैदानाची व्यवस्था करणे.

६. गावातील केरकचरा, अस्वच्छ खड्डे, गटारी व नाले स्वच्छ ठेवणे.

७. बाल आरोग्यासंबंधी काळजी घेणे.

२) बांधकामविषयक कार्ये

१. सार्वजनिक रस्ते, गटारे, पूल इत्यादी बांधकामे व त्याची दुरुस्ती व देखरेख ठेवणे.

२. दिवाबत्तीची सोय करणे.

३. बाजार स्थानकावर नियंत्रण ठेवणे.

४. खाटिकखाण्याचे बांधकाम व देखरेख करणे.

५. रस्त्याच्या दुतर्फी झाडे लावणे आणि त्यांच्या वाढीसाठी आवश्यक त्या गोष्टी करून, योग्य प्रकारे जोपासना करणे.

६. धर्मशाळा, कपडे धुण्याचे घाट, बाजारपट्टी बांधणे इत्यादी.

३) शैक्षणिक व सांस्कृतिक कार्ये

१. शिक्षणाचा प्रसार करणे.

२. व्यायामशाळा व करमणूकीची साधने उपलब्ध करून देणे.

३. कला आणि संस्कृती यांची जोपासना करणे.

४. सार्वजनिक ग्रंथालये व वाचनालयाची व्यवस्था करणे.

५. गावातील लोकांचे मनोधैर्य उंचावण्यासाठी कल्याणकारी कार्य हाती घेणे. उदाहरणार्थ, गावात नशाबंदीचा प्रयत्न करणे, भ्रष्टाचार नाहीसा करणे, प्रौढ शिक्षणास उत्तेजन देणे, शेतीविषयक शिक्षण व माहिती देणे.

४) संरक्षणविषयक कार्ये

१. गावाचे संरक्षण, तसेच शेतातील पिकांचे संरक्षण करणे.

२. नागरिकांच्या जीवनाला धोका निर्माण होत असेल, तर त्यापासून नागरिकांचे रक्षण करणे.

३. आगीपासून नागरिकांच्या जीवनाचे व मालमत्तेचे संरक्षण करणे.

५) प्रशासनासंबंधी कार्ये

१. गावातील वॉर्डांना व घरांना क्रमांक देणे.

२. शेती उत्पादन वाढविण्यासाठी योजनाबद्ध कार्यक्रम राबविणे.

३. ग्रामीण विकास योजना राबविण्यासाठी पैशाची मागणी करणे. केंद्र व राज्याने स्वीकृत केलेले पैसे गावाच्या विकासासाठी आणून ते योग्य प्रकारे खर्च करणे.

४. विकास योजना तयार करणे, गायरान जमीन, बाजारपेठ, यात्रेकरू यांवर नियंत्रण ठेवणे.

५. गावातील लोकसंख्येची व जन्ममृत्यूची नोंद ठेवणे.

६) कल्याणकारी कार्ये

१. आजारी, अपंग, दारिद्री लोकांना मदत करणे.

२. पडिक जमीन ग्रामपंचायतीच्या ताब्यात घेऊन तिचा शेतीसाठी उपयोग करणे.

३. गावातील लोकांच्या श्रमदानाने रस्ते तयार करणे व ग्रामविकासात भर टाकणे.

४. स्वस्त धान्याची दुकाने सुरू करणे.

७) शेतीविषयक कार्ये

१. शेती सुधारण्यासाठी प्रयत्न करणे, आदर्श शेती कशी बनवता येईल यासाठी प्रयत्न करणे.

२. धान्याची कोठारे बांधणे.

३. कंपोस्ट खते तयार करणे, सुधारित बी-बियाणे, किटकनाशक औषधे आणि शेती उपयोगी शास्त्रीय अवजारांची माहिती शेतकऱ्यांस देणे.

८) इतर कार्ये

१. चांगल्या जनावरांची पैदास करणे, जनावरांचे रक्षण करणे.
२. गावातील जमीन महसूल गोळा करण्यासाठी संबंधित अधिकाऱ्यास बोलावणे, जमिनीचे रेकॉर्ड ठेवणे.

वरीलप्रमाणे ग्रामपंचायतीची कार्ये व अधिकार आहेत.

सारांश

महाराष्ट्रातील पंचायत राज्यव्यवस्थेचा ग्रामपंचायत हा मुलभूत पाया आहे. गावाचा सर्वांगीण विकास घडवून आणण्यामध्ये ग्रामपंचायतीची भूमिका महत्त्वाची आहे. गावाचे प्रश्न सोडविणारी व गावातील लोकांना मुलभूत सेवा-सुविधा पुरविणारी यंत्रणा या दृष्टीने ग्रामपंचायत या संस्थेचे महत्त्व अनन्यसाधारण आहे.

ब) पंचायत समिती (विकासगट) (Panchayat Samiti)

प्रस्तावना

महाराष्ट्रात ग्रामपातळीवर विकासकार्ये करण्याची जबाबदारी ग्रामपंचायतीवर सोपविण्यात आली होती आणि विकासयोजना व त्यांची योग्य प्रकारची कार्यवाही करून घेण्याची जबाबदारी जिल्हापातळीवर जिल्हा परिषदेकडे सोपविण्यात आली. या दोन्ही संस्थांच्या कार्यामध्ये समन्वय साधण्यासाठी या दोन्ही स्तरामध्ये एक संस्था उभारणे आवश्यक बनले. आणि या संस्थेला, 'पंचायत समिती' असे नाव देण्यात आले.

मध्यम स्तरावरील यंत्रणा म्हणून पंचायत समितीची स्थापना करावी अशी शिफारस बलवंतराय मेहता समितीने केली होती. महाराष्ट्रामध्ये वसंतराव नाईक समितीच्या शिफारशीनुसार विकास गटाऐवजी तालुकापातळीवर पंचायत समितीची स्थापना करण्यात आली. जिल्हा परिषद हा पंचायत राजचा प्रमुख घटक असावा, अशी शिफारस वसंतराव नाईक समितीने केली होती. ती शिफारस महाराष्ट्र शासनाने स्वीकारली त्यामुळे पंचायत समितीचे स्थान दुय्यम बनले.

प्रत्येक जिल्हा विकास गटात विभागण्यात आला आणि प्रत्येक गटासाठी एक 'पंचायत समिती' निर्माण करण्यात आली.

रचना

पंचायत समितीच्या सदस्यांची निवडणूक प्रत्यक्षरीत्या होत असते.

१. जिल्हाधिकारी लोकसंख्येच्या प्रमाणात पंचायत समितीच्या सदस्यांची संख्या निश्चित करत असतो. आणि त्यानुसार वॉर्ड तयार करण्यात येतात. विकास गटात सतरा हजार पाचशे लोकसंख्येपेक्षा जास्त नाही, अशा प्रत्येक पंचायत मतदारसंघाने निवडलेला एक प्रतिनिधी असतो.

२. सहकारी समितीचा अध्यक्ष जो शेतीसंबंधी व्यापाराशी संबंधीत असतो. उदा. खरेदी-विक्री संघाचा अध्यक्ष हा सहयोगी सभासद असतो.

३. त्या भागातून निवडून आलेले जिल्हा परिषदेचे सदस्य, पंचायत समितीचे पदसिद्ध सदस्य असतात.

४. १९९२ च्या निवडणुकांपासून पंचायत समितीच्या ३० टक्के जागा स्त्रियांसाठी राखीव ठेवण्यात आलेल्या होत्या. त्यानंतर ३३ टक्के व आता ५० टक्के जागा महिलांसाठी राखीव आहेत.

५. अनुसूचित जाती, जमाती व इतर मागासवर्ग यांच्यासाठी लोकसंख्येच्या प्रमाणात जागा राखीव ठेवण्यात येतात.

६. गटविकास अधिकारी हे पंचायत समितीचे पदसिद्ध सचिव असतात.

महाराष्ट्रातील पंचायत समित्या

अ. क.	विभाग	क्षेत्रफळ	लोकसंख्या	जिल्हे	पंचायत समित्या
१	कोकण	३०७२८	२४८८३८३०	७	४५
२	नाशिक	५७४४०	१५७३६७८४	५	५४
३	पुणे	५७२७५	१९९९७७७८	५	५७
४	औरंगाबाद	६४८१३	१५६२९२४८	८	७६
५	अमरावती	४६०३५	९९४८३६६	५	५६
६	नागपूर	५१२८६	१०६८२६२१	६	६३
७	एकूण	३०७५७७	९६८७८६२७	३६	३५१

महाराष्ट्रामध्ये एकूण ३५१ पंचायत समित्या आहेत. सर्वात जास्त पंचायत

समित्या औरंगाबाद विभागात आहेत. ३५१ पैकी ७६ पंचायत समित्या औरंगाबाद विभागात आहेत. त्यानंतर नागपूर विभागात ६३ पंचायत समित्या आहेत. पुणे विभागात ५७, अमरावती विभागात ५६, नाशिक विभागात ५४ पंचायत समित्या आहेत. सर्वात कमी पंचायत समित्या कोकण विभागात आहेत. ३५१ पैकी केवळ ४५ पंचायत समित्या कोकण विभागात आहेत.

कार्यकाल

पंचायत समितीचा कार्यकाल हा जिल्हा परिषदेच्या कार्यकालाइतकाच म्हणजे पाच वर्षांचा असतो. म्हणून पंचायत समितीच्या सदस्यांचाही कार्यकाल पाच वर्षांचा असतो; परंतु नवीन पंचायत समितीची निवडणूक होईपर्यंत जुनेच सभासद काम पाहतात. तत्पूर्वी ते स्वखुशीने आपल्या पदाचा राजीनामा देऊ शकतात. १९९२च्या ७३ व्या घटनादुरुस्तीने पंचायत समितीचा कार्यकाल ५ वर्षे निश्चित केलेला आहे.

पंचायत समितीच्या कोणत्याही सदस्याला खालील कारणासाठी काढून टाकता येते-

१. जर कोणत्याही निवडून आलेल्या सदस्यांची निवडणूक बोर्डाने अवैध म्हणून घोषित केली असेल.

२. पंचायत समितीचा कोणताही सदस्य जर लागोपाठ परवानगी न घेता तीन महिन्यांपर्यंत पंचायत समितीच्या सभेत गैरहजर असेल.

३. पंचायत समितीच्या उपस्थित असलेल्या व मतदान करणाऱ्या २/३ सभासदांनी गैरवर्तनामुळे सदस्यत्व रद्द करण्याचा ठराव पास केला असेल व तशी शिफारस, जिल्हा परिषदेकडे केली असेल आणि सदस्य दोषी ठरला असल्यास.

वरील प्रकारे कोणत्याही सदस्यत्वाचे पद रिकामे झाले असेल, तर फेर-निवडणूक घेऊन ती जागा भरण्यात येते.

पदाधिकारी

प्रत्येक पंचायत समितीसाठी सभापती आणि उपसभापती हे पद निर्माण करण्यात आले आहे. त्यांची निवड निवडून आलेल्या सदस्यांमधून होते. अनुसूचित जाती, जमाती इतर मागासवर्ग व महिला सदस्य यासाठी नेमून दिलेल्या पद्धतीने क्रमशः पंचायत समितीचे अध्यक्षपद राखून ठेवले जाते. जर निवडणुकीत काही वाद निर्माण झाला तर जिल्हाधिकाऱ्याने तो आयुक्तांना कळवावा लागतो. आयुक्ताचा आदेश

अंतिम मानण्यात येतो. सभापतीच्या निवडणुकीत समान मते पडल्यास अध्यक्षस्थानी असलेला जिल्हाधिकारी चिठ्ठ्या टाकून निर्णय जाहीर करतो.

पंचायत समितीच्या सभापतीची पदच्युतता

सभापती स्वखुशीने जिल्हा परिषदेच्या अध्यक्षाकडे आपला राजीनामा देऊ शकतो. जर १/४ सदस्यांनी अविश्वासाच्या ठरावाची मागणी केली तर विभागीय आयुक्त सदस्यांच्या विनंतीवरून पंचायत समितीची बैठक बोलावू शकतात. त्यात सभापतीला आपली बाजू मांडण्याचा अधिकार आहे. चर्चेनंतर जर ठराव २/३ बहुमताने पास झाला तर, सभापतीला आपले पद सोडावे लागते. तसेच जर सभापतीचे वर्तन योग्य नसेल किंवा कायद्याद्वारे सांगितलेली कार्ये तो योग्यरित्या पार पाडत नसेल तर राज्यशासन त्यास पदावरून दूर करू शकते.

पंचायत समितीच्या सभापतीची कार्ये आणि अधिकार

१. पंचायत समितीची सभा बोलावणे व त्या सभेचे अध्यक्षपद स्वीकारून सभेमध्ये होणाऱ्या चर्चेला दिशा देणे आणि चर्चेवर नियंत्रण ठेवणे.

२. सभापती पंचायत समितीच्या अधिकाऱ्याकडून अहवाल, तक्ते इत्यादी आवश्यक वाटणारी कागदपत्रे मागवू शकतात.

३. पंचायत समितीच्या सभापतीस अधिकाऱ्यांवर व सेवकांच्या कार्यावर देखरेख व नियंत्रण ठेवावे लागते.

४. सभापतीला पंचायत समितीची मालमत्ता तपासण्याचा अधिकार असतो.

५. पंचायत समितीने किंवा जिल्हा परिषदेने सुरू केलेल्या विकासाच्या कामाची पाहणी करण्याचा अधिकार आहे.

६. सभापतीच्या गैरहजेरीत वरील सर्व कार्य उपसभापती करत असतो.

गटविकास अधिकारी

पंचायत समितीच्या ठिकाणी विकासाच्या कार्यात समन्वय साधण्यासाठी राज्य सरकार तहसीलदार श्रेणीच्या एका अधिकाऱ्याची नेमणूक करीत असते. याच अधिकाऱ्याला गटविकास अधिकारी असे म्हणतात.

पंचायत राज्यव्यवस्थेत गट प्रशासनास महत्त्वाचे स्थान असते. ग्रामपंचायत आणि जिल्हा परिषद यांच्या कार्यात समन्वय साधण्याचे कार्य गटविकास अधिकाऱ्यास करावे लागते. यासाठी विकासात्मक कार्याची दृष्टी गटविकास अधिकाऱ्यास असावी

लागते. गटविकास अधिकारी हा पंचायत समितीचा प्रमुख प्रशासकीय अधिकारी व सचिव असतो.

गटविकास अधिकाऱ्याची नेमणूक

गटविकास अधिकाऱ्याची नेमणूक महाराष्ट्र लोकसेवा आयोगातर्फे परीक्षा पद्धतीने केली जाते. म्हणजेच राज्य सरकारमार्फत गटविकास अधिकाऱ्याची नेमणूक केली जाते. त्याची बदली करण्याचा अधिकार राज्यसरकारलाच आहे. त्याचे वेतन राज्य सरकारमार्फत दिले जाते. तो वयाच्या ५८ वर्षापर्यंत सेवेत राहू शकतो. सेवानिवृत्त झाल्यानंतर त्याला पेन्शन दिली जाते. तत्पूर्वी ते आपल्या पदाचा राजीनामा देऊ शकतात किंवा भ्रष्टाचाराच्या आरोपावरून त्यांना बडतर्फ केले जाते.

गटविकास अधिकाऱ्याचे कार्य व अधिकार

१. गटपातळीवर विकास प्रशासनाची जबाबदारी गटविकास अधिकाऱ्याला असते. ही जबाबदारी तो पंचायत समितीमध्ये असलेल्या, विस्तार अधिकाऱ्याच्या सहकार्याने पार पाडतो. जर विस्तार अधिकारी योग्य कार्य करत नसेल तर त्याची तक्रार जिल्ह्यातील विभागप्रमुखांना देता येते. अशाप्रकारे तो विस्तार अधिकाऱ्यावर नियंत्रण ठेवू शकतो.

२. पंचायत समितीमध्ये काम करताना त्याचा संबंध प्रत्यक्ष जनतेशी येतो. जनता त्यांच्या कार्याचे, वागणुकीचे मूल्यमापन करीत असते. जनतेची इच्छा लक्षात घेऊन त्यांना कार्य करावे लागते.

३. पंचायत समितीच्या कार्याची यशस्विता गटविकास अधिकाऱ्याच्या भूमिकेवर अवलंबून असते.

४. विस्तार अधिकाऱ्याच्या कार्यास तो मार्गदर्शन करतो.

५. पंचायत समितीत काम करणारे तृतीय व चतुर्थ श्रेणीतील कर्मचाऱ्यांवर गटविकास अधिकाऱ्याचे नियंत्रण असते. त्यांची रजा मंजूर करण्याचा त्याला अधिकार असतो.

६. पंचायत समितीत कार्य करणाऱ्या अधिकाऱ्याकडून कामाची माहिती, तक्ते, अहवाल, वित्त लेखा मागविण्याचा त्याला अधिकार असतो.

७. पंचायत समितीचा तो पदसिद्ध सदस्य असतो. म्हणून संपूर्ण कागदपत्रे त्याच्या ताब्यात असतात.

८. पंचायत समितीने पास केलेल्या प्रशासकीय ठरावांची अंमलबजावणी करणे.

९. पंचायत समितीसाठी मंजूर झालेल्या अनुदानावरून विकासकार्यावर पैसा खर्च करणे.

१०. राज्य सरकारच्या आदेशावरून किंवा मान्यता घेऊन पंचायत समितीसाठी जमीन, मालमत्ता आपल्या ताब्यात घेणे किंवा तशी मालमत्ता त्याला विकण्याचा अधिकार असतो.

११. पंचायत समितीच्या कार्याचा अहवाल वेळोवेळी मुख्य कार्यकारी अधिकाऱ्यास पाठविणे.

वरीलप्रमाणे पंचायत समितीच्या गटविकास अधिकाऱ्याची कार्ये व अधिकार आहेत.

पंचायत समितीचे अधिकार व कार्ये

१९६१च्या कायद्यानुसार दुसऱ्या परिशिष्टात दिलेल्या ७४ विषयांची प्राथमिक जबाबदारी पंचायत समितीकडे सोपविली आहे. तिची कार्ये पुढीलप्रमाणे आहेत-

१. पंचायत समितीच्या हद्दीत विकासांच्या कार्याचे नियोजन करून जिल्हा परिषदेकडे पाठविणे की ज्यामुळे जिल्हा परिषदेला जिल्हा विकासाची रूपरेषा तयार करण्यास मदत होत असते.

२. स्थानिक निधी व पंचायत समितीला मिळालेल्या अनुदानाचा वापर करण्यासाठी बांधकाम व इतर विकासात्मक कामांची रूपरेषा तयार करणे.

३. पंचायत समितीला मिळालेल्या अनुदानातून होणाऱ्या कामांना मंजूरी देणे व काम चालू असताना त्यावर देखरेख करणे.

४. कोणत्याही वेळी आपल्या अंदाजपत्रकात गट अनुदानासंबंधी फेरतपासणी करणे.

५. पंचायत समितीच्या हद्दीत जिल्हा परिषदेने सुरू केलेल्या कार्यावर देखरेख ठेवणे.

६. जिल्हा परिषदेच्या विचारार्थ नवीन विकासकार्य सुचविणे आणि त्याबरोबर त्या कामाला स्थानिक पैसा कितपत मिळू शकेल याची माहिती देणे.

७. सभापती, उपसभापती, गट विकास अधिकारी किंवा पंचायत समितीच्या प्रशासकीय अधिकाऱ्यांनी पूर्वी घेतलेले निर्णय बदलणे किंवा अशा निर्णयात दुरुस्ती सुचविणे.

८. पंचायत समितीच्या बैठकीचा अहवाल दर तीन महिन्याला पाठविणे. (जिल्हा परिषदेला)

९. गटविकास अधिकाऱ्यास कायद्याने प्राप्त झालेले कार्य तो योग्यरित्या पार पाडतो किंवा नाही यासंदर्भात त्याच्या कार्यावर देखरेख आणि नियंत्रण ठेवणे.

१०. पंचायत समिती जिल्हा परिषदेला प्रचलित करात वाढ करण्याचे सुचवू शकते. मात्र हा वाढीव कर ज्या कामासाठी सुचविण्यात आला त्यावर अंमलबजावणी होती की नाही हे पाहणे.

११. जिल्हा परिषदेने वेळोवेळी दिलेल्या सूचना लक्षात घेऊन सोपविलेल्या कार्यांची अंमलबजावणी करणे.

पंचायत समितीच्या बैठका एका महिन्यात दोन घेतल्या जातात. दोन बैठकीमधील अंतर एक महिन्याच्या कालावधीपेक्षा जास्त असता कामा नये. वरीलप्रमाणे पंचायत समितीची कार्ये आहेत.

पंचायत समितीच्या उत्पन्नाची साधने किंवा मार्ग

पंचायत समितीला उत्पन्नाची स्वतंत्र साधने नाहीत. त्याच्या प्रशासकीय व विकासात्मक खर्चाची जबाबदारी जिल्हा परिषदेवर असते. कायद्यानुसार मिळणारा जमीन महसुलावरील कर, छोट्या पाटबंधारे योजनांद्वारे पाणीपट्टी, व्यवसायकर, स्थावर मालमत्तेच्या हस्तांतरावरील अधिभार, रस्ते व पूल यावरील जकात, यात्राकर, प्राथमिक शिक्षणावरील कर, सरकारी अनुदाने इत्यादी. वरीलप्रमाणे पंचायत समितीच्या उत्पन्नाची प्रमुख साधने आहेत.

सारांश

पंचायत राजव्यवस्थेतील एक महत्त्वपूर्ण घटक म्हणून पंचायत समितीकडे पाहिले जाते. जिल्हा परिषद व ग्रामपंचायत यामधील दुवा म्हणून पंचायत समितीची भूमिका महत्त्वाची असते. ग्रामीण विकासाशी संबंधित असलेल्या जबाबदाऱ्या पंचायत समितीकडे सोपविलेल्या आहेत. पंचायत समितीद्वारे जिल्हा परिषद विकास कार्यक्रमांची अंमलबजावणी करते. अशाप्रकारे पंचायत समितीची रचना, अधिकार व कार्ये सांगता येतात.

क) जिल्हा परिषद (Zillah Parishad)

प्रस्तावना

बलवंतराय मेहता समितीचा अहवाल केंद्राने स्वीकारल्यानंतर घटक राज्याकडे पुढील करावाईसाठी पाठविला. प्रत्येक घटक राज्याने आपल्या सोयीनुसार ती योजना राबविण्याचा प्रयत्न केला. महाराष्ट्रात अशोक मेहता समितीच्या अहवालाचा विचार करून येथील परिस्थितीनुसार, विकेंद्रीकरण कसे स्वीकारता येईल, याचा अभ्यास करण्यासाठी श्री. वसंतराव नाईक यांच्या अध्यक्षतेखाली एक समिती स्थापन करण्यात आली. त्या समितीने आपला अहवाल १९६१ मध्ये महाराष्ट्र शासनाला सादर केला. त्याला अनुसरून, महाराष्ट्र जिल्हा परिषद आणि पंचायत समिती आधिनियम १९६१ हा कायदा करण्यात आला. १९६१च्या या अधिनियमानुसार जिल्हा परिषदेची स्थापना करण्यात आली आहे. ग्रामीण लोकसंख्येसाठी जिल्हा परिषद स्थापन केली जाते. १ मे १९६२ रोजी महाराष्ट्र राज्यात पंचायत राज्याची सुरुवात झाली. जिल्हा परिषद, पंचायत समिती आणि ग्रामपंचायत यांची स्थापना करण्यात आली. पंचायत राज्यव्यवस्थेमध्ये महाराष्ट्रात जिल्हापातळीवरील जिल्हा परिषद या संस्थेला महत्त्वाचे स्थान दिले गेले आहे.

१) जिल्हा परिषदेची रचना

पंचायत राज्यव्यवस्थेत जिल्हा पातळीवर असलेली जिल्हा परिषद ही प्रमुख संस्था होय. जिल्हा परिषदेच्या सदस्यांची निवड प्रत्यक्ष जनता जिल्ह्यातून करते. एका मतदारसंघात पस्तीस हजार मतदार असतात. जिल्हा परिषदेत कमीत कमी ५० व जास्तीत जास्त ७५ सभासद असू शकतातत. लोकसंख्येच्या आधारावर सभासदांची संख्या निश्चित केली जाते. जिल्हा परिषदेवर खालील सदस्य असतात-

१. मतदारसंघातून प्रत्यक्ष निवडून आलेले सदस्य.

२. अनुसूचित जाती, जमाती व इतर मागासवर्गीयांसाठी त्याच्या लोकसंख्येच्या प्रमाणात राखीव जागा ठेवण्यात आल्या आहेत. १९९२ पासून स्त्रियांसाठी ३० टक्के जागा राखीव ठेवण्यात आल्या आहेत. आता ५० टक्के जागा स्त्रियांसाठी राखीव आहेत.

३. जिल्ह्यातील पंचायत समितीचे सभापती जिल्हा परिषदेचे पदसिद्ध सदस्य असतात.

४. चार संघीय (फेडरल) सहकारी संस्थांचे अध्यक्ष सहयोगी सदस्य असतात.

५. उपमुख्य कार्यकारी अधिकारी जिल्हा परिषदेचा सचिव म्हणून काम करीत असतो.

६. जिल्ह्यातील विधानसभा सदस्य आणि जिल्ह्यातील लोकसभेवर निवडून गेलेले सदस्य, हे जिल्हा परिषदेचे सदस्य असतात. तसेच राज्यसभेवरील सभासददेखील जिल्हा परिषदेचे सदस्य असतात.

७. जिल्हा मध्यवर्ती बँकेचा अध्यक्ष हा जिल्हा परिषदेचा सदस्य असतो.

८. काही राज्यात जिल्हा परिषदेचा जिल्हाधिकारी हा जिल्हा परिषदेचा पदसिद्ध सदस्य असतो. मात्र त्यांना मतदानाचा अधिकार नसतो.

महाराष्ट्रातील जिल्हा परिषदा

अ. क.	विभाग	क्षेत्रफळ	लोकसंख्या	जिल्हे	जिल्हा परिषदा
१	कोकण	३०७२८	२४८८३८३०	७	५
२	नाशिक	५७४४०	१५७३६७८४	५	५
३	पुणे	५७२७५	१९९९७७७८	५	५
४	औरंगाबाद	६४८१३	१५६२९२४८	८	८
५	अमरावती	४६०३५	९९४८३६६	५	५
६	नागपूर	५१२८६	१०६८२६२१	६	६
७	एकूण	३०७५७७	९६८७८६२७	३६	३४

महाराष्ट्रामध्ये एकूण ३४ जिल्हा परिषदा आहेत. प्रत्येक जिल्ह्यासाठी एक जिल्हा परिषद असा सर्वसाधारण नियम आहे. परंतु महाराष्ट्रात ३६ जिल्हे आहेत व जिल्हा परिषदांची संख्या मात्र ३४ आहे. कारण मुंबई व मुंबई उपनगरासाठी जिल्हा परिषद नाही. औरंगाबाद विभागामध्ये सर्वात जास्त जिल्हा परिषदांची संख्या असलेली दिसते. ३४ जिल्हा परिषदांपैकी ८ जिल्हा परिषदा औरंगाबाद विभागात आहेत कारण औरंगाबाद विभागामध्ये ८ जिल्ह्यांचा समावेश असलेला दिसतो. त्यानंतर नागपूर विभागामध्ये ६ जिल्हा परिषदा आहेत. कोकण, नाशिक, पुणे व अमरावती विभागांमध्ये प्रत्येक पाच जिल्हा परिषदा असलेल्या दिसतात.

२) कार्यकाल

जिल्हा परिषदेचा कार्यकाल वेगवेगळ्या राज्यात वेगवेगळा आहे. उत्तरप्रदेश, ओरिसा, मध्यप्रदेश, महाराष्ट्र येथील जिल्हा परिषदेचा कार्यकाल ५ वर्षे आहे. १९९२ च्या ७३ व्या घटनादुरुस्तीने जिल्हा परिषदेला मुदतवाढ देण्याचा राज्यशासनाचा अधिकार काढून घेण्यात आला आहे. राज्य सरकार एखादी जिल्हा परिषद बरखास्त करू शकतात. मात्र ६ महिन्यांच्या आतमध्ये निवडणुका घेणे राज्य सरकारला बंधनकारक आहे. कर्नाटकमध्ये जिल्हा परिषदेचा कार्यकाल चार वर्षांचा तर आंध्र, आसाम, पंजाब, हरियाणा येथे जिल्हा परिषदेचा कार्यकाल ३ वर्षांचा; तर बिहारमध्ये हा कार्यकाल दोन वर्षांचा आहे.

पदाधिकारी

जिल्हा परिषदेच्या अध्यक्षाची व उपाध्यक्षाची निवड जिल्हा परिषदेत निवडून आलेल्या सदस्यांतून केली जाते. अध्यक्षपद एका व्यक्तीला दोन वेळेपेक्षा जास्त वेळा उपभोगता येत नाही. अध्यक्ष आणि उपाध्यक्ष यांचा कार्यकाल ५ वर्षांचा आहे. मात्र निवडणूक होऊन नवीन पदाधिकारी येईपर्यंत ते पदावर राहू शकतात. अनुसूचित जाती, जमाती, इतर मागासवर्ग व स्त्रिया यांच्यासाठी नेमून दिलेल्या पद्धतीने जिल्हा परिषदेचे अध्यक्षपद क्रमश: राखून ठेवले जाते.

जिल्हा परिषदेच्या अध्यक्षांची निवडणूक झाल्यानंतर, जिल्हाधिकारी एक बैठक बोलवितो. त्या बैठकीचे अध्यक्षस्थान स्वतः जिल्हाधिकारी किंवा त्याने नेमलेल्या उपजिल्हाधिकारी श्रेणीतील एक अधिकारी भूषवितो.

जिल्हा परिषदेच्या अध्यक्षांची निवड या बैठकीमध्ये होते. जर समान मते पडली, तर चिठ्ठी टाकून निर्णय घेण्यात येतो आणि नंतर दुसऱ्या बैठकीत काही सदस्यांना स्वीकृत करण्यात येते.

जिल्हा परिषदेच्या अध्यक्षांचे मानधन

जिल्हा परिषदेच्या अध्यक्षाला १९९४ पासून पाच हजार रूपये मानधन आणि उपाध्यक्षाला चार हजार रूपये मानधन मिळते. शिवाय राहण्यासाठी जिल्हा परिषदेच्या खर्चातून निवासाची सोय असते व दौरा करण्यासाठी गाडी व प्रवासभत्ता दिला जातो.

अध्यक्षाला ३० दिवसापासून ते ९० दिवसांपर्यंत रजेवर जाता येते. परंतु त्यापेक्षा जर जास्त दिवस रजेवर जाणार असेल; तर राज्य सरकारची परवानगी घ्यावी लागते. तो ३० दिवसांपेक्षा जास्त दिवस रजेवर असेल, तर मानधन घेता येत नाही. परंतु आजारी असेल व त्याने वैद्यकीय दाखला दिल्यास, त्याला मानधन मिळते.

अध्यक्ष व उपाध्यक्ष यांच्यावरील अविश्वासाचा ठराव

अध्यक्ष आपल्या पदाचा राजीनामा विभागीय आयुक्त यांच्याकडे देऊ शकतात. तर उपाध्यक्ष अध्यक्षाकडे आपला राजीनामा देऊ शकतो. १/५ सभासदांनी जर सरकारी नियमांनुसार अध्यक्ष आणि उपाध्यक्षांच्या विरुद्ध अविश्वासाचा ठराव दाखल केला असेल; तर जिल्हा परिषदेची बैठक बोलवावी लागते. या बैठकीचे अध्यक्षस्थान तो भूषवू शकत नाही. मात्र स्वतःची बाजू ते मांडू शकतात. चर्चेनंतर मतदान होते आणि अविश्वास ठराव पास झाला तर सदर अविश्वासाच्या ठरावाची प्रत विभागीय आयुक्ताकडे पाठविली जाते. त्यावर दहा दिवसांच्या आत आयुक्त अविश्वासाच्या ठरावावर चर्चा करण्याकरिता जिल्हा परिषदेची बैठक बोलवितात. या बैठकीत ठराव संमत झाला तर अध्यक्षाला आपल्या पदाचा राजीनामा द्यावा लागतो. जिल्हा परिषदेचा अध्यक्ष जर भ्रष्टाचारी असेल, त्याचे चारित्र्य भ्रष्ट असेल, तर राज्य सरकार त्याला पदभ्रष्ट करू शकतात. जो सरकारतर्फे पदभ्रष्ट होतो त्याला कधीही जिल्हा परिषदेची निवडणूक लढविता येत नाही.

अध्यक्षाची कार्ये व अधिकार

१. जिल्हा परिषदेची बैठक बोलावणे व त्याचे अध्यक्षस्थान भूषविणे आणि बैठकीचे संचलन करणे.

२. जिल्हा परिषदेची कागदपत्रे पाहणे, अभिलेख पाहणे.

३. कायद्याने मिळालेल्या सर्व अधिकाराचा उपयोग करणे.

४. प्रशासकीय आणि वित्तीय प्रशासनासंबंधीच्या कार्यावर देखरेख ठेवणे आणि ज्या गोष्टीसाठी जिल्हा परिषदेची मान्यता आवश्यक असते ती घेणे.

५. जिल्हा परिषदेच्या मुख्य कार्यकारी अधिकाऱ्यावर प्रशासकीय नियंत्रण ठेवणे आणि जिल्हा परिषदेच्या स्थायी समितीने पास केलेल्या ठरावांची अंमलबजावणी होत आहे की नाही ते पाहणे.

६. आणीबाणीच्या परिस्थितीत लोकहित लक्षात घेऊन कोणतेही नवे काम सुरू करणे किंवा चालू असलेले कार्य थांबविणे.

७. घटक राज्य सरकारने सोपविलेले कोणतेही कार्य किंवा विकास योजना पार पाडण्यासाठी जिल्हानिधीतून तो खर्च करू शकतो. नंतर त्या खर्चाला मंजूरी घेतली जाते.

थोडक्यात जिल्हा परिषदेच्या वतीने तो निर्णय घेऊ शकतो. मात्र ज्या वेळी

जिल्हा परिषदेची बैठक सुरू होईल; तेव्हा त्याने घेतलेल्या निर्णयाची माहिती सभासदांना द्यावी लागते. अध्यक्षाच्या गैरहजेरीत उपाध्यक्ष वरील कार्य करू शकतो.

वरीलप्रमाणे जिल्हा परिषदेच्या अध्यक्षांची कार्ये व अधिकार आहेत.

जिल्हा परिषदेची कार्ये व अधिकार

महाराष्ट्रामध्ये जिल्हा परिषद ही सर्वात महत्त्वाची अधिकारयुक्त संस्था आहे. जिल्ह्यात होणाऱ्या सर्व विकासकार्याची जबाबदारी राज्य सरकारने जिल्हा परिषदेवर सोपविलेली आहे.

जिल्हा परिषदेची कार्ये व अधिकार

१. जिल्हा परिषदेने आपली वित्तीय अवस्था पाहून जिल्हासूचीमध्ये पाहून दिलेल्या विषयासंबंधी कार्य करण्याचा प्रामाणिकपणे प्रयत्न करावा.

२. स्वास्थ्य, सुरक्षा, शिक्षण, आरोग्य, सोयी व नागरिकांचा सामाजिक, आर्थिक व सांस्कृतिक विकास करण्यासाठी जिल्हा परिषद प्रयत्न करते.

३. जिल्ह्याचा समतोल विकास करण्यासाठी जिल्हा परिषद प्रयत्नशील असते. त्यासाठी स्थानिक पैशांचा उपयोग कितपत करता येईल याची योजना तयार करते.

४. जिल्हा परिषदेचे सदस्य २/३ बहुमताने ठराव पास करून सार्वजनिक सत्कार, करमणुकीचे कार्य, उत्सव, समारंभ करू शकतील किंवा जिल्ह्यात होणाऱ्या अशा कार्यक्रमांना अनुदान देऊ शकतील.

५. अनुसूचित जाती, जमातींच्या लोकांची परिस्थिती सुधारण्यासाठी किंवा अस्पृश्यता निवारण करण्यासाठी वेळोवेळी आदेश देऊन पैशांची तरतूद करू शकतात.

६. कायद्याने दिलेले कार्य जिल्हा परिषद पार पाडते.

७. सरकारी नियमाप्रमाणे जिल्हा परिषदेच्या निवडून आलेल्या पदाधिकारी व पंचायत समितीच्या पदाधिकाऱ्यांच्या प्रवासभत्त्यांची व्यवस्था करीत असते.

८. भारतात कोठेही नैसर्गिक आपत्तीमुळे लोकांचे नुकसान झाले असेल, तर जिल्हा परिषद अनुदान पाठवू शकते.

९. मुख्य कार्यकारी अधिकाऱ्याच्या कार्यावर देखरेख करणे, जर तो योग्य प्रकारे कार्य करीत नसेल, तर २/३ बहुमताने त्याच्या बदलीसंबंधी ठराव पास करून शासनाला विनंती करणे.

१०. जिल्हा परिषद एक विशेष करार करून बांधकाम करणे, आधीच्या बांधकामात सुधारणा करणे किंवा राज्य सरकार किंवा केंद्र सरकारने दिलेल्या संस्था चालवू शकतील.

११. जिल्हा परिषद स्थानिक संस्थांना तांत्रिक सल्ला देऊ शकते. ते काम स्थानिक पातळीवर कसे चालले आहे, हे पाहण्यासाठी अधिकारी पाठवू शकते.

१२. न्यायालयात चालत असलेले खटले मिटविण्याच्या दृष्टीने जिल्हा परिषद तडजोड करू शकते.

१३. अधिकाऱ्याला नुकसान भरपाईची रक्कम देणे, ती जिल्हा फंडातून देणे.

१४. स्थायी समिती व विषय समिती यांच्या बैठकीचे तपशील मागून घेणे; तसेच वित्तीय लेखा मागून घेणे.

१५. जिल्हा परिषदेच्या सर्व कर्मचाऱ्यांवर नियंत्रण ठेवणे.

१६. दुष्काळ परिस्थिती जाहीर करण्यात आलेल्या भागात मदत पोहचविण्याचे कार्य करणे.

१७. पंचायत समितीच्या कामकाजावर नियंत्रण ठेवणे आणि त्यांना मार्गदर्शन करणे.

१८. रस्ते, बागा व स्थानिक स्वरूपाची कामे करणे.

वरीलप्रमाणे जिल्हा परिषदेची कार्ये व अधिकार आहेत.

जिल्हा परिषदेच्या समित्या

जिल्हा परिषदेचे कामकाज व्यवस्थितरीत्या पार पाडण्यासाठी विविध समित्या नियुक्त केल्या जातात. जिल्हा परिषद समित्यांमार्फत कार्य करते. जिल्हा परिषदेमध्ये ज्या समित्या आहेत, त्यांची कार्ये, रचना व अधिकार हे जिल्हा परिषदेच्या दर्जानुसार भिन्न असतात. महाराष्ट्रात जिल्हा परिषदांमध्ये सात कायदेशीर समित्या आहेत. त्या पुढीलप्रमाणे–

१. अर्थ समिती
२. स्थायी समिती
३. बांधकाम समिती
४. शेती समिती
५. शिक्षण समिती
६. आरोग्य समिती
७. समजाकल्याण समिती

या समित्यांव्यतिरिक्त गरज पडल्यास वेगळ्या समित्या जिल्हा परिषदेचा अध्यक्ष स्थापन करू शकतो.

१. स्थायी समिती : या समितीचा अध्यक्ष हा जिल्हा परिषदेचाच अध्यक्ष असतो व इतर जिल्हा परिषदेच्याच सदस्यांतून निवडलेले सात सभासद या समितीत असतात. तसेच विषय समित्यांचे सभापती त्या समितीचे सदस्य असतात. एक किंवा दोन स्वीकृत सदस्य की जे स्थायी समितीच्या कामात विशेष तज्ज्ञ असतात. उपमुख्य कार्यकारी अधिकारी हा स्थायी समितीचा पदसिद्ध सचिव असतो, तर जिल्हा परिषदांमधील समाजकल्याण अधिकारी पदसिद्ध संयुक्त सचिव म्हणून कार्य करतो.

२. विषय समिती

अ) या समितीचे पाच सदस्य जिल्हा परिषदेने निवडून पाठविलेले असतात. त्यांना मतदानाचा अधिकार असतो. यालाच सहकार समिती म्हणतात.

ब) शिक्षण समितीत सात सदस्य असतात. त्यांची निवड जिल्हा परिषदांच्या सदस्यातून होते. ज्यांना शिक्षणक्षेत्रांत विशेष माहिती आहे असे दोन सदस्य नेमले जातात. शिवाय जिल्ह्यात असलेल्या नगरपालिकेच्या दोन अध्यक्षांना, जे जिल्हा परिषदेला प्राथमिक शिक्षणासाठी वार्षिक अनुदान देत असतात; त्यांना जिल्हा परिषद निवडत असते. त्यांना मतदानाचा अधिकार असतो.

क) इतर समितीमध्ये, प्रत्येकी सात सदस्य असतात. ज्यांची निवड जिल्हा परिषदेकडून होते. जिल्हा परिषदेचा प्रमुख हा त्या-त्या विषयाचा सचिव असतो.

कोणत्याही सभासदाला, दोनपेक्षा जास्त समित्यांचा सदस्य म्हणून राहता येत नाही. तसेच पंचायत समितीचे सभापती व उपसभापती वरील समित्यांचे सदस्य राहू शकत नाही. या सर्व समित्यांचा कार्यकाल पाच वर्षांचा असतो.

स्थायी समिती व विषय समिती यांची कार्ये

स्थायी समिती व विषय समित्यांना कायद्याने दिलेली कार्ये करावी लागतात. ती खालीलप्रमाणे असतात-

१. आपल्या विषयाच्या कामाची जबाबदारी स्वीकारणे व विकासकार्याची दिशा निश्चित करणे.

२. आपल्या विषयाच्या कामाची योजना तयार करणे.

३. अंदाजपत्रकात नमूद केलेल्या खर्चावर देखरेख ठेवणे.

४. समितीच्या प्रत्येक बैठकीचा अहवाल जिल्हा परिषदेला पाठविणे.

५. समितीच्या वतीने कामाचे किंवा मालमत्तेचे परीक्षण करण्यासाठी अधिकाऱ्यांना पाठविणे.

६. जिल्हा परिषदेच्या संबंधित अधिकाऱ्यांकडून त्या कार्याची माहिती, अहवाल, तक्ते आणि वित्तीय लेखा मागविणे.

७. जिल्हा परिषदेच्या कार्याचा वेळोवेळी आढावा घेणे.

८. स्थायी समिती व विषय समिती जिल्हा परिषदेच्या अधिकाऱ्याला विषय समितीच्या बैठकीला हजर राहून सल्ला देण्यासाठी सांगू शकतात.

जिल्हा परिषदेच्या उत्पन्नाची साधने

जिल्हा परिषदेला मिळणारे उत्पन्न एका निधीत जमा केले जाते. त्याला जिल्हानिधी म्हणतात. त्यातून जिल्हा परिषदेचा खर्च केला जातो. विविध कर, अनुदान व जमीन महसुलात वाटा या माध्यमातून जिल्हा परिषदेला उत्पन्न मिळते.

जिल्हा परिषदेचा मुख्य कार्यकारी अधिकारी : जिल्हा परिषदेच्या प्रशासकीय प्रमुखास मुख्य कार्यकारी अधिकारी म्हणतात. तो जिल्हाधिकाऱ्याच्या दर्जाचा अधिकारी असून राज्य सरकार भारतीय प्रशासकीय सेवेतील अधिकाऱ्याची या पदावर नेमणूक करते. त्याचा कार्यकाल ३ वर्षाचा असतो. यामध्ये राज्य सरकार बदल करू शकते २/३ बहुमताने अविश्वासाचा ठराव संमत करून त्याला त्याच्या पदावरून दूर करता येते. त्याला त्याच्या कामामध्ये एक किंवा अधिक उपमुख्य कार्यकारी अधिकारी व विविध खात्यांसाठीचे अधिकारी मदत करतात.

मुख्य कार्यकारी अधिकाऱ्याचे अधिकार व कार्ये

१) जिल्हा परिषदेच्या प्रशासनाला मार्गदर्शन करणे व त्यावर नियंत्रण ठेवणे.

२) जिल्हा परिषदेच्या अधिकारी व सेवक वर्गाची नेमणूक करणे.

३) जिल्हा परिषदेच्या व त्याच्या समित्यांच्या सभांना उपस्थित राहणे, मार्गदर्शन करणे.

४) जिल्हा परिषदेच्या आर्थिक व्यवहारावर नियंत्रण ठेवणे. त्याच्या मान्यतेशिवाय खर्च करता येत नाही.

५) जिल्ह्यातील विकासकामांना मार्गदर्शन करणे.

सारांश

पंचायत राजसंस्थेतील शिखर संस्था म्हणून जिल्हा परिषदेला महत्त्वाचे स्थान आहे. ग्रामीण लोकसंख्येसाठी जिल्हा परिषद स्थापन केलेली असल्याने ग्रामीण जनतेच्या विकासाची जबाबदारी जिल्हा परिषदेवर असते. शेती, पशुसंवर्धन, समाजकल्याण, शिक्षण, आरोग्य, सहकार, उद्योगधंदे अशा १२८ विषयांच्या संदर्भात जिल्हा परिषद कार्य करते. एकूणच जिल्ह्याच्या सर्वांगीण विकासाची जबाबदारी जिल्हा परिषदेवर असते. पंचायत राजव्यवस्थेमध्ये म्हणूनच जिल्हा परिषदेला अनन्यसाधारण महत्त्व आहे.

भारतीय संविधानातील पंचायत राज्यव्यवस्थेसंदर्भातील तरतुदी

पंचायती : व्याख्या

भारतीय राज्यघटनेच्या २४३ कलमानुसार पंचायतीची व्याख्या पुढीलप्रमाणे आहे.

१) 'जिल्हा' याचा अर्थ, एखाद्या राज्यातील जिल्हा, असा आहे.

२) 'ग्रामसभा' याचा अर्थ, ग्राम पातळीवरील पंचायत क्षेत्रांमध्ये अंतर्भूत असलेल्या एखाद्या गावाशी संबंधीत असलेल्या मतदार यादीत ज्यांची नावे नोंदण्यात आलेली असतील, अशा व्यक्तींचा मिळून बनलेला गट असा आहे.

३) 'मधली पातळी' याचा अर्थ, एखाद्या राज्याच्या राज्यपालाने या भागाच्या प्रयोजनांसाठी, मध्यम पातळी म्हणून जाहीर अधिसूचनेद्वारे विनिर्दिष्ट केली असेल, अशी ग्राम व जिल्हा पातळी यांमधील पातळी, असा आहे.

४) 'पंचायत' याचा अर्थ, ग्रामीण क्षेत्रांसाठी अनुच्छेद २४३ अ अन्वये घटित करण्यात आलेली स्वराज्य संस्था (मग तिला कोणत्याही नावाने संबोधण्यात येवो.) असा आहे.

५) 'पंचायत क्षेत्र' याचा अर्थ, एखाद्या पंचायतीचे प्रादेशिक क्षेत्र, असा आहे.

६) 'लोकसंख्या' याचा अर्थ, जिचे संबद्ध आकडे प्रकाशित करण्यात आले असतील अशा लगतपूर्वीच्या जनगणनेद्वारे निश्चित करण्यात आलेली लोकसंख्या, असा आहे.

७) 'ग्राम' याचा अर्थ, एखाद्या राज्यपालाने या भागाच्या प्रयोजनांसाठी जे ग्राम आहे, असे जाहीर अधिसूचनेद्वारे विनिर्दिष्ट केले असेल ते ग्राम असा आहे.

आणि यात अशा प्रकारे विनिर्दिष्ट केलेल्या ग्रामांच्या गटांचाही समावेश होतो.

२४३ क कलमानुसार

ग्रामसभा, ग्राम पातळीवर राज्याचे विधानमंडळ कायद्याद्वारे तरतूद करील अशा अधिकारांचा वापर करू शकेल व अशी कार्ये करू शकेल.

२४३ ख कलमानुसार

या भागाच्या तरतुदीनुसार प्रत्येक राज्याचे ग्राम पातळीवर, मधल्या पातळीवर व जिल्हा पातळीवर पंचायती स्थापित करण्यात येतील.

खंड (१) मध्ये काहीही अंतर्भूत असले तरी, वीस लाखांपेक्षा अधिक लोकसंख्या नसेल अशा एखाद्या राज्यात मधल्या पातळीवरील पंचायती घटित करण्यात येणार नाहीत.

२४३ ग कलमानुसार

या भागाच्या तरतुदींना अधीन राहून राज्य विधानमंडळ पंचायतींच्या रचनेच्या संबंधात कायद्याद्वारे तरतूद करू शकेल.

परंतु कोणत्याही पातळीवरील पंचायतीच्या प्रादेशिक क्षेत्राची लोकसंख्या आणि अशा क्षेत्रातील निवडणुकीद्वारे भरावयाच्या जागांची संख्या यांचे गुणोत्तर, व्यवहार होईल तोपर्यंत संपूर्ण राज्यभर सारखेच राहील.

(२) पंचायतीमधील सर्व जागा पंचायत क्षेत्रातील प्रादेशिक मतदारसंघातून प्रत्यक्ष निवडणुकीद्वारे निवडलेल्या व्यक्तींद्वारे भरण्यात येतील आणि या प्रयोजनासाठी प्रत्येक पंचायती क्षेत्राची मतदारसंघामध्ये अशा प्रकारे विभागणी करण्यात येईल की, प्रत्येक मतदारसंघातील लोकसंख्या आणि त्या मतदारसंघासाठी नेमून दिलेल्या जागांची संख्या यांचे गुणोत्तर, व्यवहार होईल तोवर, संपूर्ण पंचायत क्षेत्रामध्ये सारखेच राहील.

(३) राज्य विधानमंडळ कायद्याद्वारे;

क) ग्राम पातळीवरील पंचायतीच्या ह्या सभाध्यक्षांना मधल्या पातळीवरील पंचायतीमध्ये किंवा जेथे मधल्या पातळीवरील पंचायती नसतील अशा एखाद्या राज्याच्या बाबतीत जिल्हा पातळीवरील पंचायतीमध्ये;

ख) मध्यम पातळीवरील पंचायतीच्या सभाध्यक्षांना पातळीवरील पंचायतीमध्ये

ग) जो मतदारसंघ ग्राम पातळीव्यतिरिक्त अन्य पातळीवरील पूर्ण किंवा आंशिक पंचायती क्षेत्र मिळून बनलेला आहे, त्या मतदारसंघाचे प्रतिनिधित्व करणाऱ्या लोकसभा सदस्यांना आणि राज्याच्या विधानसभा सदस्यांना अशा पंचायतीमध्ये

घ) राज्यसभा सदस्य व विधानपरिषद सदस्य यांना,

(एक) ते जर मधल्या पातळीवरील एखाद्या पंचायत क्षेत्रामध्ये, नोंदणी झालेले मतदार असतील व मधल्या पातळीवरील पंचायतीमध्ये

(दोन) ते जर जिल्हा पातळीवरील पंचायत क्षेत्रामध्ये, नोंदणी झालेले मतदार असतील तर जिल्हा पातळीवरील पंचायतीमध्ये, प्रतिनिधित्व देण्यासाठी तरतूद करू शकेल;

४) पंचायतीच्या सभाध्यक्षाला आणि पंचायतीच्या इतर सदस्यांना; मग ते पंचायत क्षेत्रातील प्रादेशिक मतदारसंघातून थेट निवडणुकीद्वारे निवडून आलेले असोत वा नसोत. पंचायतीच्या बैठकीमध्ये मतदान करण्याचा अधिकार असेल.

५) क) ग्राम पातळीवरील पंचायतीचा सभाध्यक्ष हा राज्य विधानमंडळ कायद्याद्वारे तरतूद करील त्या रीतीने निवडण्यात येईल

ख) मधल्या पातळीवरील किंवा जिल्हा पातळीवरील पंचायतीचा सभाध्यक्ष तिच्या सदस्यांमधून व त्याच्याकडून निवडण्यात येईल.

२४३ घ कलमानुसार

१) प्रत्येक पंचायतीमध्ये...

क) अनुसूचित जातीसाठी आणि

ख) अनुसूचित जनजातींसाठी,

जागा राखून ठेवण्यात येतील आणि अशा प्रकारे राखून ठेवण्यात आलेल्या जागांच्या संख्येचे त्या पंचायतीमध्ये थेट निवडणुकीद्वारे भरावयाच्या जागांच्या एकूण संख्येशी असलेले प्रमाण, हे शक्य होईल तोवर, त्या पंचायत क्षेत्रामधील एकूण लोकसंख्येचे जे प्रमाण असेल तेच असेल आणि पंचायतीमधील विविध मतदारसंघामध्ये आळीपाळीने अशा जागांचे वाटप करण्यात येईल;

२) खंड (१) खाली राखून ठेवलेल्या जागांच्या एकूण संख्येच्या १/३ पेक्षा कमी नसतील एवढ्या जागा अनुसुचित जातीच्या, किंवा यथास्थिति, अनुसूचित जनजातीच्या महिलांसाठी राखून ठेवण्यात येतील

३) प्रत्येक पंचायतीमध्ये थेट निवडणुकीद्वारे भरावयाच्या जागांच्या एकूण संख्येच्या १/३ पेक्षा कमी नसतील एवढ्या जागा (अनुसूचित जातीच्या व अनुसूचित जमातीच्या महिलांसाठी राखून ठेवलेल्या जागा धरून) महिलांसाठी राखून ठेवण्यात येतील आणि पंचायतीमधील विविध मतदारसंघामध्ये आळीपाळीने अशा जागांचे वाटप करण्यात येईल;

४) ग्राम किंवा अन्य कोणत्याही पातळीवरील पंचायतीमधील सभाध्यक्षांची पदे, राज्य विधानमंडळ कायद्याद्वारे तरतूद करील अशा रीतीने अनुसूचित जातीच्या व अनुसूचित जमातीच्या महिला यांच्यासाठी राखून ठेवण्यात येतील.

परंतु, कोणत्याही राज्यामधील प्रत्येक पातळीवरील पंचायतीमधील अनुसूचित जातीच्या व अनुसूचित जमातीसाठी राखून ठेवलेल्या सभाध्यक्षांच्या पदांच्या संख्येचे प्रत्येक पातळीवरील पंचायतीमधील अशा पदांच्या एकूण संख्येशी असलेले प्रमाण हे, शक्य होईल तेथवर, राज्यामधील अनुसूचित जातीच्या व अनुसूचित जमातीच्या लोकसंख्येचे राज्याच्या एकूण लोकसंख्येशी जे प्रमाण असेल त्याच प्रमाणाएवढे असेल.

परंतु आणखी असे की, प्रत्येक पातळीवरील पंचायतीमधील सभाध्यक्षांच्या पदांच्या संख्येच्या १/३ पेक्षा कमी नसतील एवढी पदे महिलांसाठी राखून ठेवण्यात येतील.

परंतु तसेच, या खंडाखाली राखून ठेवलेल्या या पदांचे, प्रत्येक पातळीवरील विविध पंचायतीमध्ये आळीपाळीने वाटप करण्यात येईल.

५) खंड (१) आणि (२) खालील जागांचे आरक्षण आणि खंड (४) खालील सभाध्यक्षांच्या पदांचे आरक्षण हे (महिलांसाठी असलेल्या आरक्षणाव्यतिरिक्त) अनुच्छेद ३३४ मध्ये विनिर्दिष्ट केलेल्या कालावधी समाप्त झाल्यावर निष्प्रभावी होईल.

६) या भागामधील कोणत्याही गोष्टीमुळे, कोणत्याही राज्याच्या विधानमंडळास, मागासवर्गीय नागरिकांसाठी कोणत्याही पंचायतीमध्ये जागा राखून ठेवण्याकरता किंवा कोणत्याही पातळीवरील पंचायतीमधील सभाध्यक्षांची पदे राखून ठेवण्याकरता कोणतीही तरतूद करण्यास प्रतिबंध होणार नाही.

२४३ ड कलमानुसार

१) प्रत्येक पंचायत, जिल्हा पहिल्या बैठकीकरता नियत केलेल्या दिनांकापासून पाच वर्षांपर्यंत, त्या काळी अंमलात असलेल्या कोणत्याही कायद्याखाली, ती तत्पूर्वी विसर्जित झाली नसेल तर, अस्तित्वात राहील, त्यापेक्षा अधिक काळ नाही.

२) त्या त्या काळी अमलात असलेल्या कोणत्याही कायदयामधील कोणतीही सुधारणा ही, अशा सुधारणेच्या लगतपूर्वी कार्यरत असलेल्या कोणत्याही पातळीवरील कोणत्याही पंचायतीचा खंड (१) मध्ये विनिर्दिष्ट केलेला कालावधी जोपर्यंत समाप्त होत नाही तोपर्यंत विसर्जन करण्याकरता कारणीभूत ठरणार नाही.

३) पंचायती घटित करण्यासाठी...

क) खंड (१) मध्ये विनिर्दिष्ट केलेला तिचा कालावधी समाप्त होण्यापूर्वी,

ख) तिचे विसर्जन झाल्याच्या दिनांकापासून सहा महिन्यांचा कालावधी समाप्त होण्यापूर्वी निवडणूक घेण्यात येईल.

परंतु, ज्या कालावधीसाठी विसर्जित पंचायत चालू राहिली असती तो उर्वरित कालावधी सहा महिन्यांपेक्षा कमी असेल त्या बाबतीत, त्या कालावधीसाठी पंचायत घटित करण्याकरता या खंडाखाली कोणतीही निवडणूक घेण्याची आवश्यकता असणार नाही.

४) एखाद्या पंचायतीचा कालावधी समाप्त होण्यापूर्वी, तिचे विसर्जन झाल्यामुळे घटित करण्यात आलेली पंचायत ही, खंड (१) खाली ज्या उर्वरित कालावधीसाठी ती विसर्जित पंचायत, तिचे विसर्जन झाले नसते तर अस्तित्वात राहिली असती, तेवढ्याच उर्वरित कालावधीसाठी अस्तित्वात राहील.

२४३ च कलमानुसार

१) एखादी व्यक्ती एखाद्या पंचायतीची सदस्य म्हणून निवडली जाण्यास किंवा सदस्य असण्यास पुढील बाबतीत अपात्र असेल,

क) संबंधित राज्य विधानमंडळाच्या निवडणुकांच्या प्रयोजनार्थ, त्या त्या काही अमलात असलेल्या कोणत्याही कायदयाद्वारे किंवा त्याखाली सदस्यत्वकरिता तिला अशा प्रकारे अपात्र ठरविण्यात आलेले असेल तर,

परंतु कोणत्याही व्यक्तीस, तिने वयाची एकवीस वर्षे पूर्ण केलेली असल्यास, ती पंचवीस वर्षांपेक्षा कमी वयाची आहे या कारणास्तव अपात्र ठरवण्यात येणार नाही;

ख) राज्य विधानमंडळाने केलेल्या कोणत्याही कायद्याद्वारे किंवा त्याखाली तिला अशा प्रकारे अपात्र ठरविण्यात आलेले असेल तर

२) पंचायतीचा एखादा सदस्य, खंड (१) मध्ये नमूद केलेल्या कोणत्याही प्रकारे अपात्र ठरला आहे किंवा काय, याबाबत कोणताही प्रश्न निर्माण झाल्यास तो प्रश्न, राज्य विधानमंडळ कायद्याद्वारे तरतूद करील अशा रीतीने आणि अशा प्राधिकाऱ्याकडे निर्णयार्थ सोपविण्यात येईल.

आर्थिक स्थितीचे पुनर्विलोकन करण्यासाठी वित्त आयोग घटित करणे

२४३ अ कलमानुसार

(१) राज्याचा राज्यपाल, संविधान (त्र्याहत्तरावी सुधारणा) अधिनियम, १९९२ याच्या प्रारंभापासून, शक्य होईल तेथवर, एक वर्षाच्या आत आणि त्यानंतर प्रत्येक पाचवे वर्ष संपताच पंचायतीच्या आर्थिक स्थितीचे पुनर्विलोकन करण्यासाठी एक वित्त आयोग घटित करील आणि तो पुढील बाबींच्या संबंधात राज्यपालाकडे शिफारशी करील.

क) (एक) या भागानुसार ज्याची राज्य आणि पंचायतीमध्ये विभागणी करता येईल अशा, राज्यांनी आकारण्याजोगे असलेले कर, शुल्क, पथकर आणि फी यापासून मिळणाऱ्या निव्वळ उत्पन्नाचे राज्य आणि पंचायतीमध्ये वितरण आणि अशा उत्पन्नाच्या त्यांच्या त्यांच्या हिश्श्याने सर्व पातळ्यांवरील पंचायतीमध्ये वाटप

दोन) पंचायतीकडे नेमून दिले जाणारे किंवा पंचायतीकडून विनियोजित केले जाणारे कर, शुल्क आणि फी यांचे निर्धारण

तीन) राज्याच्या एकत्रित निधीतून पंचायतींना द्यावयाचे सहायक अनुदान, यांचे नियंत्रण करणारी तत्त्वे

ख) पंचायतीची आर्थिक स्थिती सुधारण्यासाठी आवश्यक असलेल्या उपाययोजना;

ग) पंचायतीची आर्थिक स्थिती मजबूत होण्यासाठी राज्यपालाने वित्त आयोगाकडे निर्दिष्ट केलेली अन्य कोणतीही बाब.

२) राज्याचे विधानमंडळ कायद्याद्वारे आयोगाच्या रचनेबाबत, म्हणजे आयोगाचे सदस्य म्हणून नियुक्त करताना आवश्यक असलेल्या पात्रता आणि सदस्यांची निवड करण्याची पद्धती, याबाबत तरतूद करू शकेल.

३) आयोग, त्याची कार्यपद्धती निश्चित करील आणि त्याला त्याची कार्ये पार पाडण्यासाठी राज्याचे विधानमंडळ कायद्याने प्रदान करील असे अधिकार असतील.

४) राज्यपाल, आयोगाने या अनुच्छेदान्वये केलेली प्रत्येक शिफारस आणि त्याबाबत केलेल्या कार्यवाहीसंबंधीचे एक स्पष्टीकरणात्मक ज्ञापन राज्याच्या विधानमंडळापुढे मांडण्याची व्यवस्था करील.

२४३ त्र कलमानुसार

राज्याचे विधानमंडळ, पंचायतीकडून लेखे ठेवले जाण्याच्या संबंधात आणि अशा लेख्यांच्या लेखापरीक्षेच्या संबंधात कायद्याद्वारे तरतूद करील.

२४३ ट कलमानुसार

१) पंचायतीच्या सर्व निवडणुकांसाठी मतदारयाद्या तयार करण्याचा कामाचे अधिक्षण, संचालन आणि नियंत्रण आणि अशा निवडणकांचे आयोजन, या बाबी राज्य निवडणूक आयोगाकडे निहित असतील. या आयोगात राज्यपालाकडून नियुक्त केल्या जाणाऱ्या राज्य निवडणूक आयुक्ताचा समावेश असेल.

२) राज्य निवडणूक आयुक्ताच्या पदाच्या सेवाशर्ती आणि पदावधी, राज्याच्या विधानमंडळाकडून केल्या जाणाऱ्या कोणत्याही कायद्याच्या तरतुदींना अधीन राहून, राज्यपाल नियमाद्वारे निश्चित करील त्याप्रमाणे असेल.

परंतु, उच्च न्यायालयाच्या न्यायाधीशाला त्याच्या पदावरून ज्या रीतीने व ज्या कारणावरून दूर केले जाते त्या व्यतिरिक्त अन्य रीतीने व अन्य कारणावरुन राज्य निवडणूक आयक्ताला दूर केले जाणार नाही, आणि राज्य निवडणूक आयुक्ताच्या सेवाशर्तींमध्ये त्याच्या नियुक्तीनंतर, त्याला नुकसानकारक होतील अशा प्रकारे बदल केला जाणार नाही.

३) राज्य निवडणूक आयोगाने खंड (१) द्वारे त्याच्यावर सोपविण्यात आलेली कार्ये पार पाडण्यासाठी आवश्यक तो कर्मचारी वर्ग उपलब्ध करून द्यावा, अशी विनंती केल्यास, राज्याचा राज्यपाल, त्यास तो कर्मचारी वर्ग उपलब्ध करून देईल.

४) या संविधानाच्या तरतुदींना अधीन राहून राज्याचे विधानमंडळ, कायद्याद्वारे पंचायतीच्या निवडणुकांच्या सर्व संबंधित व आनुषंगिक बाबींसाठी तरतूद करील.

निवडणुकीसंबंधीच्या बाबींमध्ये न्यायालयांनी हस्तक्षेप करण्यास रोध

२४३ ण कलमानुसार

क) अनुच्छेद २४३ ट खाली केलेल्या किंवा केल्याचे अभिप्रेत असलेल्या मतदारसंघाच्या सीमा निश्चित करणे किंवा अशा मतदारसंघामध्ये जागांची वाटणी करणे यांच्याशी संबंधित कोणत्याही कायद्याची विधिग्राहता कोणत्याही न्यायालयात प्रश्नास्पद करता येणार नाही.

ख) कोणत्याही पंचायतीची कोणतीही निवडणूक राज्य विधानमंडळाने केलेल्या कोणत्याही कायद्याद्वारे किंवा तद्न्वये, तरतूद केलेल्या प्राधिकाऱ्यांकडे आणि तशा रीतीने, निवडणूक विनंतीअर्ज सादर केल्याखेरीज अन्य रीतीने प्रश्नास्पद करता येणार नाही.) (mahasec.maharashtra.gov.in)

सराव प्रश्न

१) ग्रामसभेची रचना सांगून अधिकार व कार्ये लिहा.

२) ग्रामपंचायतीची रचना सांगा.

३) ग्रामसेवकाचे अधिकार व कार्ये लिहा.

४) सरपंचाचे अधिकार व कार्ये लिहा.

५) ग्रामपंचायतीची कार्ये स्पष्ट करा.

६) पंचायत समितीची रचना लिहा.

७) पंचायत समितीच्या सभापतीची कामे लिहा.

८) गट विकास अधिकाऱ्याचे अधिकार व कार्ये सांगा.

९) पंचायत समितीची अधिकार व कार्ये लिहा.

१०) जिल्हा परिषदेची रचना सांगून कार्यकाल लिहा.

११) जिल्हा परिषदेच्या अध्यक्षाचे कार्ये व अधिकार लिहा.

१२) जिल्हा परिषदेच्या उपाध्यक्षाची कार्ये व अधिकार सांगा.

१३) जिल्हा परिषदेच्या मुख्य कार्यकारी अधिकाऱ्याचे अधिकार व कार्ये स्पष्ट करा.

१४) पंचायत राज्यव्यवस्थेतील शिखर संस्था म्हणून जिल्हा परिषदेची कार्ये व अधिकार सांगा.

५ | शहरी स्थानिक संस्था : रचना, अधिकार व कार्ये

(Urban Local Bodies : Composition, Power and Functions)

अ) **नगर पंचायत** (Nagar Panchayat)
ब) **नगर परिषद** (Municipal Council)
क) **महानगरपालिका** (Municipal Corporation)

प्रस्तावना

ग्रामीण व शहरी अशा दोन भागांमध्ये विभागांचे वर्गीकरण केले जाते. गावामध्ये राहणारी लोकसंख्या व शेती हा मुख्य व्यवसाय ज्या ठिकाणी आहे तो ग्रामीण भाग तर शेतीशिवाय व्यापार, उद्योग व इतर व्यवसाय, नोकरी करणारे, लोकसंख्या व भौगोलिक व्याप्ती विस्तीर्ण असणारा भाग म्हणजे शहरी भाग होय. औद्योगिकरणामुळे शहरीकरण घडून येते. गावातील लोकसंख्येचे स्थलांतर शहरी भागामध्ये होत राहिल्याने शहरांची लोकसंख्या वाढत राहते. भारतात व महाराष्ट्रात सुरुवातीला ग्रामीण लोकसंख्या जास्त होती; परंतु औद्योगिकरणामुळे शहरी लोकसंख्येत प्रचंड वाढ झालेली आहे. महाराष्ट्रामध्ये ५० टक्क्यांपेक्षा जास्त शहरी लोकसंख्या आहे. शहरी लोकसंख्येमध्ये सतत वाढ होताना दिसत आहे.

```
                    शहरी स्थानिक संस्था
     ┌──────┬──────┬──────┬──────┬──────┐
महानगरपालिका  नगरपरिषद  नगरपंचायत  कटकमंडळ  औद्योगिक नगरवसाहत
                                          प्राधिकरण
```

ज्या ठिकाणी मोठे शहरी क्षेत्र आहे त्या ठिकाणी महानगरपालिका ही शहरी स्थानिक संस्था असते. महानगरपालिकेला स्वायत्तता व अधिकार असतात. छोट्या नागरी क्षेत्रासाठी नगरपरिषद स्थापन केली जाते. नव्याने विकसित होणाऱ्या भागात नगर पंचायत स्थापन केली जाते. कायम लष्करी छावणी असलेल्या भागात कटकमंडळे स्थापन केली जातात; तर ज्या ठिकाणी औद्योगिक वसाहती उभारल्या जातात त्या वसाहतींसाठी औद्योगिक नगरवसाहत प्राधिकरण या शहरी स्थानिक संस्थेची स्थापना केली जाते.

अ) नगरपंचायत (Nagar Panchayat)

नगरपंचायत ही शहरी स्थानिक संस्था आहे. तिला निर्देशित 'क्षेत्रसमिती' किंवा 'सिटी कौन्सिल' असेही म्हटले जाते. नगरपरिषद ज्या ठिकाणी स्थापन करता येत नाही; परंतु तो भाग शहरी असतो त्यास 'नगर पंचायत' असे म्हणतात. नगर पंचायतीची स्थापना राज्यशासनाकडून केली जाते. महाराष्ट्रामध्ये महाराष्ट्र सरकारमार्फत नगरपंचायतीची स्थापना झालेली आहे. नगरपंचायत साधारणपणे अशा शहरी भागात स्थापन केली जाते की ज्या शहराची लोकसंख्या अकरा हजारांपेक्षा जास्त व पंचवीस हजारांपेक्षा कमी असते. याचाच अर्थ नगरपंचायत स्थापनेची मुख्य अट लोकसंख्या ही आहे.

रचना

नगरपंचायतीच्या सदस्यांची निवड प्रौढ व गुप्त मताधिकार पद्धतीद्वारे होते. नगरपंचायतीच्या सदस्यांच्या निवडीसाठी वॉर्ड तयार केले जातात. त्या प्रत्येक वॉर्डमधून एक सदस्य निवडला जातो. सदस्यांमधून एकाची अध्यक्ष म्हणून निवड केली जाते. कमीत कमी दहा सदस्य व स्वीकृत तीन सदस्य असतात. अनुसूचित जाती, जमाती, इतर मागास वर्ग व महिला या घटकांसाठी राखीव जागा असतात.

महाराष्ट्रातील नगरपंचायत

अ. क.	विभाग	क्षेत्रफळ	लोकसंख्या	जिल्हे	नगरपंचायत
१	कोकण	३०७२८	२४८८३८३०	७	५
२	नाशिक	५७४४०	१५७३६७८४	५	२
३	पुणे	५७२७५	१९९९७७७८	५	१
४	औरंगाबाद	६४८१३	१५६२९२४८	८	३
५	अमरावती	४६०३५	९९४८३६६	५	०
६	नागपूर	५१२८६	१०६८२६२१	६	२
७	एकूण	३०७५७७	९६८७८६२७	३६	१३

महाराष्ट्रामध्ये एकूण १३ नगरपंचायत आहेत. सर्वात जास्त नगरपंचायत कोकण विभागामध्ये आहेत. कारण कोकण विभागामध्ये मुंबईचा समावेश होतो. १३ नगरपंचायतीपैकी ५ नगरपंचायती कोकण विभागामध्ये असलेल्या दिसतात. त्यानंतर औरंगाबाद विभागामध्ये ३ नगरपंचायत आहेत. नाशिक व नागपूर विभागामध्ये प्रत्येकी २ नगरपंचायत आहेत. तर पुणे विभागामध्ये केवळ एक नगरपंचायत आहे. अमरावती विभागामध्ये एकही नगर पंचायत नाही.

पदाधिकारी

नगरपंचायतीच्या प्रमुखाला 'अध्यक्ष' म्हणतात. नगर पंचायतीमध्ये निवडून आलेल्या सदस्यामधून त्याची निवड होते. त्याचा कार्यकाल पाच वर्षांचा असतो. नगरपंचायतीची सर्व कार्ये त्याच्या अध्यक्षतेखाली पार पडतात.

मुख्य कार्यकारी अधिकारी

नगरपंचायतीचा प्रशासकीय प्रमुख मुख्य कार्यकारी अधिकारी असतो. नगरपंचायतीच्या नियोजन व विकासाची अंमलबजावणी करण्याचे महत्त्वपूर्ण कार्य तो करतो. नगरपंचायतीचा अध्यक्ष, सदस्य यांच्या समन्वयातून तो नगरपंचायतीची कार्ये पार पाडतो.

नगरपंचायतीचे अधिकार व कार्ये

नगरपरिषदेला जे अधिकार व कार्ये करावी लागतात तिचे अधिकार व कार्ये नगरपंचायत आपल्या क्षेत्रामध्ये पार पाडते. नगरपंचायतीची अधिकार व कार्ये

खालीलप्रमाणे-

१) शहरी भागाला अत्यावश्यक सेवा व सुविधा पुरविणे.

२) रस्ते व दिवाबत्तीची सोय करणे.

३) प्राथमिक शिक्षण देणे. त्याचबरोबर प्रौढ शिक्षणाचे वर्ग सुरू करणे. सार्वजनिक वाचनालये सुरू करणे.

४) पाणीपुरवठ्याची सोय करणे.

५) जन्म-मृत्यूची नोंद करणे.

६) सार्वजनिक स्वच्छता, आरोग्य या संदर्भातील कामे करणे.

उत्पन्नाची साधने

नगरपंचायतील करांपासून व शासनाच्या अनुदानापासून उत्पन्न मिळते.

सारांश

छोट्या शहरांसाठी नगरपंचायत स्थापन केली जाते. नगरपरिषदेप्रमाणेच ती कार्ये करते; केवळ तिचे कार्यक्षेत्र नगरपरिषदेपेक्षा छोटे असते. अशा प्रकारे नगरपंचायतीची रचना, अधिकार, कार्ये सांगता येतात.

ब) नगरपरिषद (Municipal Council)

नागरी शासनसंस्थातील महानगरपालिकेनंतर महत्त्वाची अशी दुसरी स्थानिक संस्था म्हणजे नगरपरिषद किंवा नगरपालिका होय. भारतात कोणतेही असे राज्य नाही की तेथे नगरपालिका नाही. नगरपरिषदेची निर्मिती संबंधित राज्याच्या नगरपरिषदा कायद्यातून होते. महाराष्ट्र सरकारने १९६५ साली महाराष्ट्र नगरपरिषद कायदा केला व त्यामध्ये १९९४ मध्ये काही बदल केले गेले. त्यानुसार महाराष्ट्रातील नगरपरिषदांचा कारभार चालतो. या कायद्याप्रमाणे २५ हजारांपेक्षा जास्त लोकसंख्या असलेल्या स्थानिक क्षेत्रांना 'नागरी क्षेत्र' म्हणतात.

प्रामुख्याने लोकसंख्या आणि उत्पन्न या दोन गोष्टींचा विचार नगरपरिषद स्थापन करताना केला जातो. मात्र, प्रत्येक राज्यात लोकसंख्या आणि उत्पन्न यांच्या अटी वेगवेगळ्या आहेत.

लोकसंख्येच्या प्रमाणानुसार नागरी क्षेत्राचे अ, ब, क अशा तीन गटांत वर्गीकरण केले जाते.

१) एक लाखांपेक्षा जास्त लोकसंख्या असलेले 'अ' वर्ग नागरी क्षेत्र.

२) चाळीस हजारांहून जास्त, पण एक लाखांपेक्षा कमी लोकसंख्या असलेले 'ब' वर्ग नागरी क्षेत्र.

३) चाळीस हजार किंवा त्यापेक्षा कमी लोकसंख्या असलेले 'क' वर्ग नागरी क्षेत्र.

वरीलप्रमाणे अ, ब आणि क दर्जाच्या नगरपरिषदा स्थापन करण्यात आल्या आहेत. डोंगरी भागात व थंड हवेच्या ठिकाणी लोकसंख्येची अट न घालता नगरपरिषद स्थापन करतात. त्यांना स्वतंत्र दर्जा असतो. उदा. पाचगणी, पन्हाळा.

नगरपरिषदेची रचना

नगरपरिषदेमध्ये निवडून आलेले, स्वीकृत व शासनाने नियुक्त केलेले सदस्य असतात.

वरील तीन प्रकारची सदस्यसंख्या लोकसंख्येच्या प्रमाणात राज्यशासन ठरविते; म्हणून प्रत्येक राज्यात सदस्यसंख्येत तफावत दिसून येते. अनुसूचित जाती, जमातींना त्यांच्या लोकसंख्येच्या प्रमाणात जागा राखीव केल्या जातात. महाराष्ट्र सरकारने स्थानिक स्वराज्य संस्थेत शहरी स्त्रियांसाठी ५० टक्के राखीव जागा ठेवल्या आहेत; इतर मागास वर्गासाठी २७ टक्के जागा राखीव असतात. महाराष्ट्रात नगरपरिषदांचे तीन वर्ग- अ, ब, क असे वर्ग केले असून सभासदसंख्या पुढीलप्रमाणे आहे-

नगरपरिषद किंवा नगरपालिका वर्गवारी

नगर परिषदेचा वर्ग	कमीत कमी संख्या	जास्तीत जास्त संख्या
अ	४०	६०
ब	३०	४०
क	२०	३०

सर्वसाधारणपणे सर्व राज्यात निर्वाचित सभासदांपैकी काही राखीव मतदारसंघातून निवडून आलेले असतात. नसल्यास त्यांना स्वीकृत सदस्य म्हणून घेतले जाईल. यात नगरपालिकेच्या निवडणुकीमध्ये उमेदवार म्हणून ज्या व्यक्तीस उभे राहावयाचे असेल त्याचे नाव नगरपालिकेच्या मतदारयादीत असावे लागते. अशा प्रत्येक व्यक्तीला निवडणूक लढविण्यास अपात्र ठरविले नसेल तर ती व्यक्ती निवडणूक लढवू शकते. महानगरपालिकेप्रमाणेच नगरपालिकेतसुद्धा जेवढे सदस्य निवडून आणावयाचे आहेत,

तेवढेच वॉर्ड करण्यात येतात. महाराष्ट्रामध्ये वॉर्ड निश्चित करण्याची जबाबदारी जिल्हाधिकाऱ्यावर आहे. प्रौढ मतदान पद्धतीद्वारे सदस्यांची निवड होते. नगरपरिषदेमध्ये निवडून आलेल्या सभासदांना 'नगरसेवक' म्हणतात.

महाराष्ट्रातील नगरपालिका

अ. क.	विभाग	क्षेत्रफळ	लोकसंख्या	जिल्हे	नगरपालिका
१	कोकण	३०७२८	२४८८३८३०	७	२३
२	नाशिक	५७४४०	१५७३६७८४	५	३७
३	पुणे	५७२७५	१९९९७७७८	५	४३
४	औरंगाबाद	६४८१३	१५६२९२४८	८	५१
५	अमरावती	४६०३५	९९४८३६६	५	४०
६	नागपूर	५१२८६	१०६८२६२१	६	३२
७	एकूण	३०७५७७	९६८७८६२७	३६	२२६

महाराष्ट्रामध्ये एकूण २२६ नगरपालिका आहेत. सर्वात जास्त नगरपालिका औरंगाबाद विभागामध्ये आहेत. २२६ पैकी ५१ नगरपालिका औरंगाबाद विभागामध्ये आहेत. त्यानंतर पुणे विभागामध्ये ४३ नगरपालिका आहेत. अमरावती ४०, नाशिक ३७, नागपूर ३२; तर कोकण विभागामध्ये २३ नगरपालिका आहेत. सर्वात कमी नगरपालिका कोकण विभागामध्ये आहेत. नगरपालिकांच्या तुलनेमध्ये कोकण विभागामध्ये सर्वात जास्त महानगरपालिका असलेल्या दिसतात.

कार्यकाल

महाराष्ट्रामध्ये नगरपरिषदेचा कार्यकाल ५ वर्षांचा आहे. राज्यसरकार तत्पूर्वी अध्यादेश काढून बरखास्त करू शकते किंवा त्यांच्या कार्यकालात वाढ करू शकते.

पदाधिकारी

नगरपालिकेच्या प्रमुखास अध्यक्ष किंवा नगराध्यक्ष म्हणतात. अध्यक्ष आणि उपाध्यक्षाची निवड नगरपालिकांच्या निर्वाचित सदस्यांकडून केली जात असे; म्हणजेच अप्रत्यक्ष पद्धतीद्वारे होत असे. परंतु १९७३ पासून अध्यक्षांची निवड लोकांकडून प्रत्यक्षपणे व उपाध्यक्षाची अध्यक्षाकडून करण्यास सुरुवात झाली; परंतु १९७८ पासून

पुन्हा निवडून आलेल्या सदस्यांकडून अध्यक्षाची निवड होऊ लागली. ७४ व्या घटनादुरुस्तीनुसार अनुसूचित जाती, जमाती, इतर मागासवर्ग व महिला यांच्यासाठी नेमून दिलेल्या पद्धतीने नगराध्यक्ष पद क्रमशः राखून ठेवले जाते.

अध्यक्षांची कार्ये

१) नगराध्यक्ष हा शहराचा प्रथम नागरिक असतो. नगरपरिषदेच्या सभेचे अध्यक्षस्थान स्वीकारणे व कामकाज चालविणे.

२) नगरपरिषदेच्या आर्थिक व प्रशासकीय कार्यावर देखरेख आणि नियंत्रण ठेवणे.

३) नगरपरिषदेच्या अधिकाऱ्यांवर व सेवकांवर नियंत्रण ठेवणे.

४) नगरपरिषदेचे हिशेब व अभिलेख यावर देखरेख व नियंत्रण ठेवणे.

५) शासन व जिल्हाधिकारी यांना त्यांनी मागितलेली अहवाल पत्रे व अभिलेख सादर करणे.

६) संकटकालीन परिस्थितीमध्ये लोकांच्या सुरक्षिततेच्या दृष्टीने आवश्यक ती कामे करण्याचा आदेश देणे.

वरीलप्रमाणे नगरपरिषदेच्या अध्यक्षांची कार्ये व अधिकार आहेत.

नगरपालिकेच्या समित्या

महानगरपालिकेप्रमाणेच नगरपरिषदेतदेखील विविध समित्या असतात. एक स्थायी समिती व इतर पाच विषय समित्या असतात.

१) स्थायी समिती

२) सार्वजनिक बांधकाम समिती

३) शिक्षण समिती

४) सार्वजनिक आरोग्य समिती

५) पाणीपुरवठा व जलनि:सारण समिती

६) नियोजन आणि विकास समिती

नगरपरिषदेच्या या समित्या आपल्या खात्याबाबत योजना आखतात व त्याच्या अंमलबजावणीवर देखरेख ठेवतात. या समित्यांच्या कामामध्ये सुसूत्रता व निर्णयांची अंमलबजावणी करण्यासाठी स्थायी समिती कार्य करते. नगराध्यक्ष हा स्थायी समितीचा अध्यक्ष असतो. स्थायी समितीमध्ये पाच विषय समित्यांचे अध्यक्ष, सभासदांनी निवडलेले तीन सदस्य व नगराध्यक्ष असे नऊ सभासद असतात. एका सभासदाला

केवळ दोन समित्यांचे सभासदत्व स्वीकारता येते. या समित्यांनी घेतलेल्या निर्णयांना सर्वसाधारण सभेची मान्यता आवश्यक असते. 'क' वर्ग नगरपरिषदांमध्ये स्थायी समितीतील सदस्यांची संख्या सर्वसाधारण सभा ठरविते व विषय समित्यादेखील गरजेनुसार निर्माण केल्या जातात.

मुख्याधिकारी

नगरपरिषदेच्या मुख्य प्रशासकीय अधिकाऱ्याला मुख्याधिकारी म्हटले जाते. राज्यशासन त्याची नेमणूक करते. नगर अभियंता, आरोग्याधिकारी, शिक्षणाधिकारी इ.च्या मदतीने मुख्याधिकारी नगरपरिषदेचे निर्णय अमलात आणतो. नगरपरिषदेचे अंदाजपत्रक तयार करणे, हिशोब ठेवणे व कर्मचाऱ्यांवर नियंत्रण व देखरेख ठेवण्याचे महत्त्वपूर्ण कार्य मुख्याधिकारी पार पाडतो.

नगरपरिषदेच्या उत्पन्नाची साधने

आपले कामकाज स्वतंत्रपणे करता यावे म्हणून नगरपरिषदेला स्वतंत्र उत्पन्नाची सोय केलेली आहे. कर, सरकारी अनुदान व कर्जे या माध्यमातून तिला उत्पन्न मिळते.

अ) करांपासून मिळणारे उत्पन्न : नगरपरिषदेला जवळ जवळ ७५ टक्के उत्पन्न करांपासून मिळते.

१) नगरपरिषद क्षेत्रातील जमिनी व इमारतीवरील कर, आयात मालावरील कर, जकार कर.

२) व्यवसाय, व्यापार, नोकऱ्या यावरील कर.

३) नाट्यगृह, चित्रपटगृहांवरील कर.

४) जाहिरातींवरील कर.

५) मालमत्तेवरील कर. उदा.- पाणीपट्टी, दिवाबत्ती इत्यादी.

६) सांडपाणी कर; वाहनांवरील कर; दूध पुरवठ्यातून मिळणारा नफा किंवा फायदा; नाट्यगृहे, सभागृहे यांचे भाडे; पाणीपुरवठा कर; यात्रा कर इ.

ब) सरकारी अनुदान : आर्थिक साहाय्य, कर्मचाऱ्यांच्या वेतनासाठी मदत, सहेतूक अनुदान या स्वरूपाची अनुदाने राज्य सरकारकडून नगरपरिषदांना मिळतात.

वरील विविध मार्गांनी नगरपालिकेला उत्पन्न प्राप्त होते.

नगरपालिकेची कार्ये आणि अधिकार

नगरपालिकेची दोन प्रकारची कार्ये आहेत. ती पुढीलप्रमाणे–

अ) आवश्यक कार्ये (अनिवार्य कार्ये)

ब) ऐच्छिक कार्ये

अ) आवश्यक कार्ये

१) दिवाबत्तीची सोय करणे.

२) सार्वजनिक रस्तांची सफाई करणे.

३) जन्म–मृत्यू, विवाहनोंदणी करणे.

४) स्मशानभूमी, दफनभूमीची व्यवस्था करणे.

५) रोगप्रतिबंधक लस टोचण्याची व्यवस्था करणे.

६) साथीच्या रोगाचे नियंत्रण करणे.

७) सार्वजनिक दवाखाने बांधून लोकांना वैद्यकीय मदत देण्याचा प्रयत्न करणे.

८) शहरातील घाण, कचरा, सांडपाणी, यांची विल्हेवाट लावण्याची व्यवस्था करणे.

९) पिण्याच्या पाण्याची व्यवस्था करणे व त्याच्या पुरवठ्यांची योजना करून पाणी उपलब्ध करून देणे.

१०) करसंकलन करणे.

११) प्राथमिक शिक्षणाची व्यवस्था करणे.

ब) ऐच्छिक कार्ये

१) सार्वजनिक रुग्णालय बांधणे.

२) प्राथमिक व माध्यमिक या शिक्षणाची सोय करणे.

३) ग्रंथालय, वस्तुसंग्रहालय, व्यायामशाळा, आखाडे बांधणे.

४) धर्मशाळा, खुली नाट्यगृहे, प्रेक्षागृहे, विश्रामगृहे बांधणे.

५) सार्वजनिक बागा, बगिचा यांची व्यवस्था करणे.

६) गॅस, दूध, वीजपुरवठा करणे.

७) शहर वाहतूकव्यवस्था ठेवणे.

८) गरीब लोकांसाठी घरे बांधून देणे आणि कमी भाडे आकारणे.

वरीलप्रमाणे नगरपालिकेची कार्ये आहेत.

सारांश

नगरपरिषद हा स्थानिक शासनाचा शहरी भागातील एक महत्त्वपूर्ण स्तर आहे. अ, ब व क वर्ग अशा तीन प्रकारे नगरपरिषदांचे वर्गीकरण केले जाते. शहराच्या विकासात नगरपरिषदेची भूमिका महत्त्वाची असते. अशा प्रकारे नगरपरिषदेची रचना, अधिकार व कार्ये सांगता येतात.

क) महानगरपालिका (Municipal Corporation)

शहरी प्रशासनव्यवस्थेतील सर्वोच्च संस्था म्हणजे महानगरपालिका होय. मोठ्या शहरात आणि मुख्यतः राजधानीच्या ठिकाणी शहरी प्रशासनासाठी महानगरपालिका स्थापन केल्या जातात. भारतात ब्रिटिश कालखंडामध्ये १९व्या शतकात महानगरपालिकांची प्रथम स्थापना झाली. मुंबई (१८८८), कोलकाता (१८६३), मद्रास (१८६७) येथेच फक्त महानगरपालिका होत्या. त्यानंतरच्या काळात पुणे, नागपूर, जबलपूर, हैदराबाद, अहमदाबाद इत्यादी अनेक शहरात स्थापन झालेल्या आहेत. साधारणतः ५ लाख लोकसंख्या असणाऱ्या शहरात महानगरपालिका स्थापन करण्यात येते. ज्या शहराचे उत्पन्न कमीत कमी वार्षिक २ कोटी रुपये आहे. त्याच ठिकाणी महानगरपालिका स्थापन केली जाते. राज्यविधिमंडळाने केलेल्या कायद्यानुसार महानगरपालिकेची स्थापना होते.

महानगरपालिका स्थापनेच्या अटी

१) **शहरी लोकसंख्या आणि उत्पन्न :** ज्या शहराची लोकसंख्या ५ लाख आहे व उत्पन्न २ कोटी रुपयांपेक्षा अधिक आहे.

२) **आर्थिक स्थिती :** लोकसंख्या आणि उत्पन्न अटी बाजूला सारूनसुद्धा महानगरपालिका स्थापन केली जाऊ शकते. मात्र, अशा शहराची जी नगरपरिषद असेल तिची आर्थिक स्थिती समाधानकारक असेल व तिथल्या नागरिकांना त्या बाबतीत उत्साह असेल आणि पुढील काळात वाढते कर स्वीकारायची तयारी असेल तर महानगरपालिका निर्माण केली जाते.

३) **वरील दोन्ही अटींपेक्षा महत्त्वाचा भाग :** वरील दोन्ही अटींपैकी महत्त्वाचा भाग असा की, महानगरपालिका निर्माण करण्याचा अंतिम अधिकार राज्य सरकारचा आहे. राज्य सरकारच्या इच्छेनुसार महानगरपालिका स्थापन केली जाते.

महानगरपालिकेची रचना

महानगराच्या प्रातिनिधिक संस्थेला 'महानगरपालिका' म्हणतात. महानगरपालिकेची एक विधी सभा असते की ज्यामध्ये शहरातील नागरिकांमार्फत प्रौढ मतदान पद्धतीने प्रत्येक वॉर्डमधून जे सदस्य निवडून जातात त्यांना 'नगरसेवक' म्हणतात. जनतेने प्रत्यक्षपणे निवडून दिलेले सभासद महानगरपालिकेत असतात. लोकसंख्येनुसार महानगरपालिकेचे चार गट तयार केले जातात. त्यानुसार सदस्यांची संख्या कायद्याने निश्चित केली जाते. कमीत कमी ६५ व जास्तीत जास्त २२१ महापालिकेची सदस्यसंख्या असते. तसेच काही तज्ज्ञांची नियुक्ती महापालिका करते. अनुसूचित जाती, जमाती, इतर मागास वर्ग यांच्यासाठी त्यांच्या लोकसंख्येच्या प्रमाणात जागा राखीव असतात. महिलांसाठी ५० टक्के जागा राखीव आहेत.

महाराष्ट्रातील महानगरपालिका

अ. क.	विभाग	क्षेत्रफळ	लोकसंख्या	जिल्हे	महानगरपालिका
१	कोकण	३०७२८	२४८८३८३०	७	८
२	नाशिक	५७४४०	१५७३६७८४	५	५
३	पुणे	५७२७५	१९९९७७७८	५	५
४	औरंगाबाद	६४८१३	१५६२९२४८	८	४
५	अमरावती	४६०३५	९९४८३६६	५	२
६	नागपूर	५१२८६	१०६८२६२१	६	२
७	एकूण	३०७५७७	९६८७८६२७	३६	२६

महाराष्ट्रामध्ये एकूण महानगरपालिकांची संख्या २६ आहे. कोकण, नाशिक, पुणे, औरंगाबाद, अमरावती व नागपूर असे प्रशासकीयदृष्ट्या महाराष्ट्राचे सहा विभागांमध्ये वर्गीकरण केले जाते. या सहा विभागांमध्ये सर्वात जास्त जिल्हे औरंगाबाद विभागामध्ये आहेत. त्यानंतर कोकण, नागपूर विभागामध्ये आहेत. परंतु सर्वात जास्त महानगरपालिका कोकण विभागामध्ये आहेत. महाराष्ट्रातील एकूण २६ महानगरपालिकांपैकी आठ महानगरपालिका एकट्या कोकण विभागात आहेत. मुंबई व मुंबई उपनगर, ठाणे या शहरी भागांचा यामध्ये समावेश होत असल्याने येथे शहरी लोकसंख्या सर्वाधिक असल्याने जास्त महानगरपालिका आहेत. त्यानंतर नाशिक व पुणे विभागामध्ये प्रत्येकी ५ महानगरपालिका आहेत. तर अमरावती व नागपूर विभागामध्ये प्रत्येकी २ महानगरपालिका आहेत.

महानगरपालिकेचा कार्यकाल

महानगरपालिकेचा कार्यकाल प्रत्येक शहरासाठी वेगवेगळा आहे. उदा.- मद्रास, बंगळुरू येथील महानगरपालिकेचा कार्यकाल तीन वर्षांचा आहे. पाटना व दिल्ली चार वर्षे; महाराष्ट्रातील महापालिकांचा कार्यकाल ५ वर्षांचा आहे. थोडक्यात, तीन ते पाच वर्षे असा कालावधी असू शकतो.

पदाधिकारी

महानगरपालिकेच्या अध्यक्षास 'महापौर' आणि उपाध्यक्षास 'उपमहापौर' असे म्हणतात. महापौर शहराचा प्रथम नागरिक असतो व तो विधीसभेचा अध्यक्ष असतो; त्याची निवड महानगरपालिकेतील विधीसभेकडून होते. चौऱ्याहत्तराव्या घटनादुरुस्तीनुसार अनुसूचित जाती-जमाती, इतर मागास वर्ग व स्त्रिया यांच्यासाठी नेमून दिलेल्या पद्धतीने महापौर व उपमहापौर क्रमश: राखीव असतो.

कार्यकाल

महापौरांचा कार्यकाल फक्त अडीच वर्षांचा असतो. अधिकाराच्या दृष्टीने विचार केला तर त्याला विशेष अधिकार नसतात. मात्र, सन्मानाच्या दृष्टिकोनातून हे पद मोठे आहे. उपमहापौर महापौराच्या अनुपस्थितीतील त्यांचे काम पाहतो.

कार्ये व अधिकार

१) महानगरपालिकेच्या बैठकीचे अध्यक्षस्थान स्वीकारून सभेचे संचालन करणे, महापालिकेच्या बैठकी आमंत्रित करणे, महानगरपालिकेची तातडीची बैठक बोलावणे हा अधिकार महापौरांना आहे.

२) एखाद्या सदस्यास ठराव मांडण्यास महापौर 'नकार' देऊ शकतात. त्यांचा निर्णय अंतिम असतो.

३) महानगरपालिकेच्या प्रशासनाच्या संदर्भातील सर्व कागदपत्रे महापौर पाहू शकतात व काही माहिती हवी असल्यास नगर आयुक्तास तशी आज्ञा करू शकतात.

४) ज्या कायद्याने महानगरपालिकेची निर्मिती होते; त्याच कायद्यानुसार विशेष परिस्थितीत एखाद्या कायद्याची अंमलबजावणी स्थगित करण्याचा, एखादे कार्य बंद करण्याचा किंवा एखादा नियम न लागू करण्याचा अधिकार महापौरास आहे.

महापौर परिषद (Mayor-in-Council)

नागपूर व मुंबई महानगरपालिकेत महापौर परिषद ही संकल्पना स्वीकारण्यात आली आहे. नागपूरमध्ये १९९७ साली तर मुंबईमध्ये १९९८ साली महापौर परिषदेची स्थापना करण्यात आली. महापौर परिषदेच्या स्थापनेमुळे महापौर पद केवळ सन्मानाचे राहिले नसून; त्याला विशेष असे कार्यकारी अधिकार प्राप्त झालेले आहेत. महापौर परिषदेच्या स्थापनेमुळे नागपूर व मुंबई महानगरपालिकेच्या प्रशासनात जे बदल घडून आले ते अत्यंत महत्त्वपूर्ण आहेत. ते बदल खालीलप्रमाणे–

१) महानगरपालिका अधिनियमातील तरतुदींची अंमलबजावणी करण्याचे अधिकार महापौर परिषद, महापौर, विभागीय स्थायी समित्या यांना मिळाले.

२) सनदी अधिकाऱ्यांचे अधिकार महापौर परिषदेच्या स्थापनेमुळे महापौरांना व महापौर परिषदेला मिळाले आहेत.

३) महापौर परिषदेतील सदस्यांची नेमणूक करण्याबरोबरच त्याच्याकडे प्रशासनाचे कोणते विषय असावेत हे महापौर ठरवितो.

४) महापौर परिषद ही महापालिकेला जबाबदार राहून कार्य करते. महापौर परिषदेला तिच्या कार्यामध्ये मदत करण्यासाठी १२ विभागीय स्थायी समित्या निर्माण करण्यात आल्या आहेत. लेखा समिती सोडून इतर सर्व समित्यांमध्ये १६ सदस्य असतात. त्याची निवड पक्ष सदस्यसंख्येनुसार होते. महापौर पदसिद्ध अध्यक्ष असतात. या समित्यांमुळे महापौर व महापौरपरिषदेकडे अधिकारांचे केंद्रीकरण होत नाही, त्याच्यावर समित्यांचे नियंत्रण राहते.

महापौर परिषदेवर समित्यांच्या नियंत्रणाबरोबरच विरोधी पक्षाचेदेखील नियंत्रण राहते. लेखा समितीचे अध्यक्ष हे विरोधी पक्षनेते असतात. लेखा परीक्षकाचा अहवाल तपासण्यापासून ते कोणत्याही अधिकाऱ्याकडून माहिती घेण्याचा अधिकार लेखा समितीला असल्याकारणाने महापौर परिषदेवर तिचे प्रभावी नियंत्रण येते.

पूर्वी आयुक्ताचे अधिकार महापौर परिषदेला मिळाले असले तरीसुद्धा आयुक्तदेखील महापौर परिषदेवर नियंत्रण ठेवतात. शासनाच्या ध्येयधोरणाविरोधी किंवा जनकल्याणाच्या विरोधी कृती महापौर परिषदेने केली, तर त्यासंबंधीचा अहवाल आयुक्त राज्यशासनाला पाठवू शकतात.

विभागीय स्थायी समित्यांच्या बैठकांना नागरिक व पत्रकारदेखील उपस्थित राहू शकतात; यामुळे कारभारामध्ये पारदर्शकता येते. महापौर परिषदेला शहरी प्रशासनाची जबाबदारी कार्यक्षमतेने पार पाडावी लागते. लोकांच्या समस्या जलद गतीने सोडवाव्या

लागतात; तसेच कार्यक्षमपणे नागरी सुविधा लोकांना पुरविण्याच्या दृष्टीने महापौर परिषदेची भूमिका महत्त्वपूर्ण ठरते.

महानगरपालिका आयुक्त (कमिशनर)

आयुक्त हा महानगरपालिकेचा केंद्रबिंदू असतो. तो महानगरपालिकेचा प्रमुख प्रशासक असतो. त्याच्या नेतृत्वाखाली महानगरपालिकेचा संपूर्ण कारभार चालतो. त्याच्यावर विधीसभा, महापौर आणि स्थायी समिती यांचे नियंत्रण ससते. आयुक्ताला त्याचे अधिकार महानगरपालिकानिर्मिती कायद्यानुसार प्राप्त होतात. भारतीय प्रशासन सेवेतील अधिकाऱ्यांची आयुक्तपदी तीन वर्षांच्या काळासाठी नियुक्ती राज्य सरकार करते. कालावधी संपल्यानंतर राज्य सरकार त्याची फेरनियुक्ती करू शकते. कालावधी संपण्याअगोदर बदलीदेखील करू शकते.

आयुक्तांचा कार्यकाल

राज्य सरकारकडून आयुक्तांची नेमणूक महानगरपालिकेमध्ये कमीत कमी ३ वर्षे व जास्तीत जास्त ५ वर्षांसाठी केली जाते. महापालिकेला आयुक्तांना बडतर्फ करता येत नाही. राज्य सरकार आयुक्तांना परत बोलवू शकते.

आयुक्ताची कार्ये आणि अधिकार

१) महानगरपालिकेचे धोरण ठरविणे आणि त्याची अंमलबजावणी करणे.

२) महापालिकेच्या सभेत महापौरांना मदत करणे.

३) दैनंदिन कामकाज पाहणे. अंदाजपत्रक तयार करणे. अडीअडचणीच्या प्रसंगी त्वरित उपाययोजना करणे.

४) महापालिकेच्या वतीने करार करणे, स्थायी समितीला या कराराची माहिती देणे.

५) महानगरपालिकेमध्ये वेगवेगळ्या विभागात आवश्यक असणाऱ्या कर्मचाऱ्यांची नेमणूक करणे; तसेच कर्मचाऱ्यांवर नियंत्रण ठेवणे.

६) महानगर आयुक्तास महानगरपालिकेच्या सभेत बोलण्याचा अधिकार असतो. मात्र त्यांना मतदानात भाग घेता येत नाही.

७) नगरसेवकांना महापालिकेच्या कामकाजासंबंधी माहिती देणे.

महानगरापालिकेचे काम अत्यंत गुंतागुंतीचे व महत्त्वपूर्ण असल्याने प्रशासनाचा दीर्घ अनुभव व सखोल ज्ञान असणाऱ्या व्यक्तीवरच अशी जबाबदारी सोपविली जाते;

कारण महानगरपालिकेत निवडून आलेल्या सदस्यांना प्रशासनाचे ज्ञान असतेच असे नाही. या दृष्टीने आयुक्त हा सनदी सेवेतील अधिकारी असताना प्रशासकीय निर्णय घेतो आणि महानगरपालिकेचे कामकाज चालवितो. थोडक्यात, महानगरपालिकेत प्रशासकीयदृष्ट्या आयुक्ताचे स्थान महत्त्वपूर्ण व वैशिष्ट्यपूर्ण असते. त्याला मदत करण्यासाठी चार उपआयुक्त राज्य सरकार नेमते. संपूर्ण प्रशासनाचे विभाजन दहा प्रशासकीय खात्यांमध्ये करण्यात आलेले असते, तसेच वॉर्ड अधिकारीदेखील नेमलेले असतात. या सर्वांच्या साहाय्याने आयुक्त प्रशाससकीय कार्य करतो.

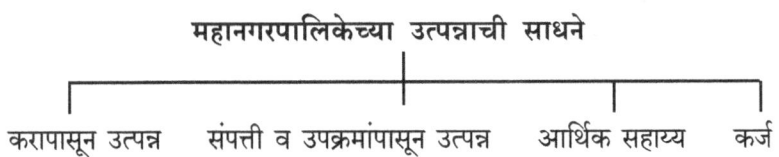

महानगरपालिकेच्या उत्पन्नाची साधने

करापासून उत्पन्न | संपत्ती व उपक्रमांपासून उत्पन्न | आर्थिक सहाय्य | कर्ज

महानगरपालिकेला कार्ये पार पाडण्यासाठी आर्थिक मदतीची गरज असते. म्हणून चार मार्गांद्वारे महानगरपालिकेला उत्पन्न मिळते.

१) **करापासून उत्पन्न :** संपत्तीवरील कर, फायर टॅक्स, पाणीपट्टी, वाहनांवरील कर, शहर सुधारणा कर, करमणूक कर, जकात कर.

२) **संपत्ती व उपक्रमांपासून उत्पन्न :** महापालिकेची संपत्ती व उपक्रमांपासून महापालिकेला उत्पन्न मिळते.

३) **सरकारकडून मिळणारी आर्थिक मदत :** लोकहिताची कार्ये करण्यासाठी महानगरपालिकेला राज्य सरकारकडून काही आर्थिक मदत मिळते, त्यास अनुदान म्हणतात. उदाहरणार्थ- शिक्षण किंवा आरोग्यविषयक अनुदान, तसेच अस्थापन अनुदानही मिळते.

४) **कर्ज :** सार्वजनिक हिताच्या योजना पार पाडण्यासाठी फार मोठा खर्च करावा लागतो. अशा खर्चासाठी सरकारच्या संमतीने कर्जे उभारण्याचा अधिकार महानगरपालिकेला असतो.

वरील विविध मार्गांनी महानगरपालिकेला उत्पन्न प्राप्त होते.

महानगरपालिकेची कार्ये व अधिकार

महानगरपालिकेची दोन प्रकारची कार्ये असतात-

अ) आवश्यक कार्ये

ब) ऐच्छिक कार्ये

अ) आवश्यक कार्ये

जी कार्ये आवश्यक किंवा सक्तीची असतात, त्यांचा समावेश आवश्यक कार्यात केला जातो.

१) पिण्याच्या पाण्याची सोय करणे; त्यासाठी आवश्यक पाणी साठविण्याची व्यवस्था करून ते नागरिकांना उपलब्ध करून देणे.

२) विद्युतपुरवठा करणे.

३) वाहतुकीची म्हणजेच परिवहनाची व्यवस्था करणे.

४) रस्तेबांधणी, विस्तार, त्यांची व्यवस्था व डागडुजी करणे, रस्त्यावर दिवाबत्तीची व्यवस्था करणे.

५) शहर स्वच्छता, साफसफाई, सांडपाण्याचा निचरा होण्याची व्यवस्था करणे.

६) मोडकळीस आलेल्या धोकादायक घरापासून नागरिकांचे रक्षण करणे.

७) वाहतुकीतील अडथळे दूर करणे.

८) नागरिकांच्या आरोग्यसेवेसाठी रुग्णालय, दवाखाने व प्रसूतिगृहांची व्यवस्था करणे.

९) साथीच्या रोगांपासून बचाव व प्रतिबंधात्मक उपाययोजना करणे.

१०) रोगप्रतिबंधक लस टोचण्याची सोय करणे.

११) जन्म-मृत्यूची नोंद ठेवणे. अंत्यसंस्कारासाठी स्मशानभूमी व दफनभूमीची व्यवस्था करणे.

१२) आगप्रतिबंधक उपाययोजना व अग्निशामक दलाची व्यवस्था करणे.

१३) प्राथमिक शिक्षणाची सोय करणे.

१४) खाद्यपदार्थ विक्री, खानावळी, भोजनगृहे यावर नियंत्रण ठेवून आरोग्यास अपायकारक वस्तू नष्ट करणे.

१५) घरांना क्रमांक देणे.

१६) सार्वजनिक बाजारपेठा उभारणे.

१७) आपल्या कार्याचा वार्षिक अहवाल प्रसिद्ध करणे.

ब) ऐच्छिक कार्ये

१) बागबगिचे तयार करणे.

२) ग्रंथालय, वस्तूसंग्रहालय, सिनेमा, नाट्यगृहे, तालीम, स्टेडियम इत्यादींची बांधकामाची कामे हाती घेणे.

३) घरटंचाई दूर व्हावी म्हणून कनिष्ठ वर्गासाठी कमी भाडे आकारलेली घरे बांधणे.

४) रस्ताच्या दोन्ही बाजूस व इतरत्र वृक्षारोपण करणे, झाडांचे संरक्षण करणे.

५) मोकाट जनावरांचा बंदोबस्त करणे.

६) निराधार, निराश्रित, अपंग लोकांना मदत करणे.

७) करमणुकीची साधने उपलब्ध करून देणे.

८) महत्त्वाच्या व्यक्तींची सन्मानपूर्वक व्यवस्था ठेवणे.

९) विवाहाची नोंद ठेवणे.

१०) शहरातील इमारतीची व मोकळ्या जागेची पाहणी करून त्यांची मोजदाद ठेवणे.

११) जत्रा व प्रदर्शने आयोजित करण्यासाठी व्यवस्था करणे.

१२) सार्वजनिक वाचनालयांची स्थापना करणे.

१३) माध्यमिक व उच्च माध्यमिक शिक्षणाची व्यवस्था करणे.

१४) वीज व स्वयंपाकाचा गॅस यांचा पुरवठा करणे.

वरील दोन प्रकारची कार्ये महानगरपालिकेला करावी लागतात.

महापालिकेच्या समित्या : वैधानिक व अवैधानिक अशा दोन प्रकारच्या समित्यांच्या माध्यमातून महापालिका कार्य करते.

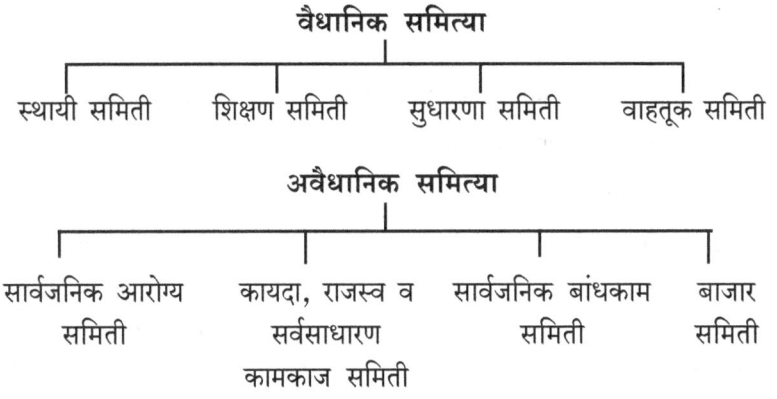

वैधानिक समित्या

स्थायी समिती | शिक्षण समिती | सुधारणा समिती | वाहतूक समिती

अवैधानिक समित्या

सार्वजनिक आरोग्य समिती | कायदा, राजस्व व सर्वसाधारण कामकाज समिती | सार्वजनिक बांधकाम समिती | बाजार समिती

या वरील सर्व समित्यांमध्ये महानगरपालिकेची स्थायी समिती सर्वांत महत्त्वपूर्ण आहे.

१) स्थायी समिति

महाराष्ट्र, महानगरपालिका कायद्यातील कलम २० नुसार स्थायी समिति निर्माण केली जाते. महानगरपालिका सदस्यांमधून स्थायी समिती अस्तित्वात येते. स्थायी समितीला महानगरपालिकेत महत्त्वाचे स्थान आहे; कारण या समितीकडे प्रशासकीय, कार्यकारी अधिकार आणि सत्ता असते. ही समिती आर्थिक व्यवस्थेवर देखरेख ठेवते. कर्मचाऱ्याची नियुक्ती करते. थोडक्यात, ही समिती महानगरपालिकेची मार्गदर्शक समिती म्हणून कार्य करते. महानगरपालिकेत जी तीन सत्ताकेंद्रे आहेत ती म्हणजे आयुक्त, महानगरपालिकेची विधीसभा व स्थायी समिती होय.

रचना

स्थायी समितीत १२ ते १६ सदस्य असतात. त्यांची निवड विधीसभेच्या सर्व सदस्यांच्या बैठकीत केली जाते. प्रमाणशीर मतदानपद्धतीने त्यांची निवड एक वर्षासाठी होते. त्यातील निम्मे सदस्य दर वर्षी निवृत्त होतात; आणि तितकेच निवडले जातात. निवृत्त सदस्यांना लगेच निवडणुकीसाठी उभे राहता येते. शिक्षण समितीचा सभापती या समितीचा पदसिद्ध सदस्य असतो. जो सातत्याने दोन महिने किंवा कारण न देता चार महिने गैरहजर असतो, त्याचे समिती सदस्यत्व रद्द होते.

अध्यक्ष

स्थायी समितीचे सदस्य आपल्यातूनच एकाची एक वर्षासाठी अध्यक्ष म्हणून निवड करतात. महानगरपालिकेत स्थायी समितीच्या अध्यक्षाचे स्थान अत्यंत महत्त्वाचे असते; कारण ते राजकीयदृष्ट्या महत्त्वाचे मानले जाते.

कार्ये

महानगरपालिकेची निर्मिती ज्या कायद्यानुसार होते; त्याच कायद्यात या समितीची कार्ये स्पष्ट केलेली असतात, ती पुढीलप्रमाणे-

१) स्थायी समिती

स्थायी समितीचे प्रमुख कार्य म्हणजे महानगरपालिकेच्या प्रशासनावर आणि आयुक्तांच्या कामकाजावर देखरेख ठेवणे. महानगरपालिकेचा अहवाल आयुक्त स्थायी समितीला सादर करतात. थोडक्यात, महानगरपालिकेची कार्यकारिणी म्हणून स्थायी समिती कार्य करते. या समितीकडे प्रशासकीय, वैधानिक, पर्यवेक्षण आणि सेवक वर्ग नियंत्रण या संदर्भातील सर्व सत्ता असतात. या दृष्टीने स्थायी समितीचे महत्त्व आहे.

२) शिक्षण समिति

शहरी भागामध्ये शिक्षणाची सुविधा उपलब्ध करून देणे, त्याचबरोबर शिक्षणाचा प्रसार करणे ही जबाबदारी महानगरपालिकेच्या शिक्षण समितीची असते. शिक्षण समितीच्या सदस्यांची संख्या १६ असते. त्यातील १२ सदस्य महानगरपालिकेचे सदस्य असतात व उर्वरित ४ सदस्य नागरिकांमधून नियुक्त केले जातात. शिक्षण समितीचे सदस्य आपल्यामधून एकाची अध्यक्ष म्हणून एक वर्षासाठी निवड करतात. दरवर्षी समितीचे निम्मे सभासद निवृत्त होतात व त्याजागी तेवढेच नवीन सदस्य घेतले जातात. साधारणत: महिन्यातून दोनदा समितीच्या बैठका होतात. महानगरपालिका क्षेत्रातील शाळांचे व्यवस्थापन व नियंत्रण ही समिती करते. शिक्षण समिती महानगरपालिकेची विशेष समिती म्हणून कार्य करते.

३) सुधारणा समिति

शहर सुधारणा समिति किंवा शहर विकासयोजना समिति ही समिति महानगरपालिकेची एक महत्त्वाची समिती असते. सर्वांत प्रथम मुंबई महानगरपालिकेत ती स्थापन करण्यात आली होती. या समितीची सदस्यसंख्या १६ असते. सदस्यांमधून समितीचा अध्यक्ष निवडला जातो. दरवर्षी समितीचे निम्मे सदस्य निवृत्त होतात व त्याजागी नव्याने तेवढेच घेतले जातात. महिन्यातून एकदा समितीची बैठक होते. नगर विकासयोजनांची चर्चा या समितीत केली जात असल्याने महानगरपालिकेचे आयुक्त, उपायुक्त या समितीच्या बैठकांना हजर राहतात. केंद्र शासनाने नेमलेल्या शहर विकास व नियोजन अभ्यासगटाच्या अहवालामध्ये शहर नियोजन प्रक्रियेस महत्त्व दिलेले असल्याने या समितीच्या कामाला महत्त्व प्राप्त झाले आहे.

४) वाहतूक समिति

महानगरपालिका कायद्यानुसार महापालिकेने वाहतूक उद्योग व्यवस्थापन चालविण्याची जबाबदारी घेतली असेल किंवा वाहतूक व्यवसाय सुरू केला असेल; तर त्याचे व्यवस्थापन व नियंत्रण करण्यासाठी वाहतूक समिति निर्माण केली जाते. निवडणुकीनंतरच्या पहिल्या सभेमध्ये ही समिति तयार केली जाते. त्यामध्ये नऊ सदस्य असतात. प्रशासन, परिवहन, अभियांत्रिकी, वीजपुरवठा, उद्योग, वित्त, व्यापार क्षेत्रातील तज्ज्ञ असणाऱ्यांची सदस्य म्हणून नेमणूक होते. एक सदस्य हा महानगरपालिकेचा सदस्य असतो. दर दोन वर्षांनी निम्मे सदस्य निवृत्त होतात व त्याजागी तेवढेच सदस्य नव्याने घेतले जातात. सदस्य आपल्यामधून एकाची अध्यक्ष म्हणून निवड करतात. वाहतूक समिति आवश्यकतेनुसार विशेष समित्या - उपसमित्या नियुक्त करते. त्याच्या

अहवालावर चर्चा केली जाते व त्यानंतर निर्णय घेतला जातो. महिन्यातून दोनदा समितीच्या बैठका होतात.

सारांश

नागरी स्थानिक स्वराज्य संस्थेमध्ये महानगरपालिका ही संस्था महत्त्वाची आहे. मोठी लोकसंख्या असलेल्या शहरासाठी महानगरपालिका कार्य करीत असल्याने तिची भूमिका महत्त्वपूर्ण ठरते. आज शहरी लोकसंख्या सतत वाढत असल्याने महानगरपालिकेला या सर्वांना सेवा पुरवाव्या लागतात. महानगरपालिकेला स्वतंत्र उत्पन्नाची साधने व अधिकार असल्यामुळे महानगरपालिका प्रभावीपणे कार्य करू शकते. संपूर्ण शहराच्या विकासामध्ये महानगरपालिकेची भूमिका महत्त्वपूर्ण ठरते.

भारतीय संविधानातील शहरी स्थानिक संस्थाबद्दलच्या तरतुदी

महानगरपालिका

२४३ कलमानुसार

१) 'समिती' याचा अर्थ, अनुच्छेद २४३ ध अन्वये घटित केलेली समिती असा आहे.

२) 'जिल्हा' याचा अर्थ एखाद्या राज्यातील जिल्हा असा आहे.

३) 'महानगर क्षेत्र' याचा अर्थ दहा लाख किंवा त्याहून अधिक लोकसंख्या असलेले, एक किंवा अधिक जिल्हे समाविष्ट असलेले आणि दोन किंवा अधिक नगरपालिका किंवा पंचायती किंवा इतर लगतचे क्षेत्र मिळून बनलेले व राज्यपाल जाहिर अधिसुचनेद्वारे या भागाच्या प्रयोजनांसाठी महानगर क्षेत्र असल्याचे विनिर्दिष्ट करील असे क्षेत्र असा आहे.

४) 'नगरपालिका क्षेत्र' याचा अर्थ राज्यपालाने अधिसूचित केले असेल असे नगरपालिकेचे प्रादेशिक क्षेत्र असा आहे.

५) 'नगरपालिका' याचा अर्थ अनुच्छेद २४३ थ अन्वये घटित करण्यात आलेली स्वराज्य संस्था, असा आहे.

६) 'पंचायत' याचा अर्थ अनुच्छेद २४३ ख अन्वये घटित करण्यात आलेली पंचायत असा आहे.

७) 'लोकसंख्या' याचा अर्थ जिची संबद्ध आकडेवारी प्रकाशित करण्यात आली असेल अशा लगतपूर्वीच्या जनगणनेद्वारे निश्चित करणयात आलेली लोकसंख्या असा आहे.

नगरपालिका घटित करणे

२४३ थ कलमानुसार

१) या भागाच्या तरतुदीनुसार प्रत्येक राज्यामध्ये,

क) संक्रमणी क्षेत्रासाठी म्हणजे ग्रामीण क्षेत्रामधून नागरी क्षेत्रामध्ये ज्याचे संक्रमण होत असेल अशा क्षेत्रासाठी एक नगर पंचायत (मग तिला कोणत्याही नावाने संबोधण्यात येवो)

ख) थोड्या लहान नागरी क्षेत्रासाठी एखादी नगर परिषद आणि,

ग) अधिक मोठ्या नागरी क्षेत्रासाठी एखादी महानगरपालिका घटित करण्यात येईल, परंतु क्षेत्राचा आकार आणि त्या क्षेत्रातील औद्योगिक आस्थापनांकडून पुरविण्यात येणाऱ्या किंवा पुरविण्याचे प्रस्तावित केलेल्या नगरपालिका सेवा आणि राज्यपालाला योग्य वाटतील असे इतर घटक विचारात घेऊन, राज्यपाल जाहिर अधिसूचनेद्वारे जे क्षेत्र औद्योगिक वसाहत म्हणून घोषित करील अशा नागरी क्षेत्रात किंवा त्याच भागात या खंडान्वये नगरपालिका घटित करता येणार नाही.

२) या अनुच्छेदामध्ये 'संक्रमणी क्षेत्र' 'थोडे लहान नागरी क्षेत्र' किंवा 'अधिक मोठे नागरी क्षेत्र' याचा अर्थ त्या क्षेत्राची लोकसंख्या घनता स्थानिक प्रशासनासाठी निर्माण होणारा महसूल, कृषीतर कार्यक्रमांमधील रोजगाराची टक्केवारी व आर्थिक महत्त्वाचे किंवा राज्यपालाला योग्य वाटतील असे इतर घटक विचारात घेऊन, राज्यपाल या भागाच्या प्रयोजनांसाठी जाहिर अधिसूचनेद्वारे विनिर्दिष्ट करील असे क्षेत्र, असा होतो.

नगरपालिकांची रचना

२४३ द कलमानुसार

१) खंड (२) मध्ये तरतूद करण्यात आली असेल ती खेरीज करून नगरपालिकेतील सर्व जागा नगरपालिका क्षेत्रातील प्रादेशिक मतदारसंघामधून प्रत्यक्ष निवडणुकीद्वारे निवडलेल्या व्यक्तीद्वारे भरण्यात येतील आणि या प्रयोजनासाठी प्रत्येक नगरपालिका क्षेत्राची वॉर्ड म्हणून ओळखल्या जाणाऱ्या प्रादेशिक मतदारसंघामध्ये विभागणी करण्यात येईल.

२) राज्य विधानमंडळ, कायद्याद्वारे,

क) (एक) नगरपालिका प्रशासनामध्ये विशेष ज्ञान किंवा अनुभव असणाऱ्या

व्यक्तींना (दोन) पूर्ण किंवा अंशिक नगरपालिका क्षेत्र मिळून बनलेल्या मतदारसंघाचे प्रतिनिधित्व करणाऱ्या लोकसभा सदस्यांना आणि राज्याच्या विधानसभेच्या सदस्यांना,

(तीन) नगरपालिका क्षेत्रामध्ये मतदार म्हणून नोंदणी झालेल्या राज्यसभा सदस्यांना आणि विधान परिषद सदस्यांना,

(चार) अनुच्छेद २४३ ध च्या खंड (५) अन्वये घटित करण्यात आलेल्या समित्यांच्या सभाध्यक्षांना, नगरपालिकेमध्ये प्रतिनिधित्व देण्यासाठी तरतूद करू शकेल, परंतु अनुच्छेद (एक) मध्ये निर्देश केलेल्या व्यक्तींना नगरपालिकेच्या बैठकीमध्ये मतदान करण्याचा अधिकार असणार नाही;

ख) नगरपालिकेच्या सभाध्यक्षाची निवड करण्याची रीतीसाठी तरतूद करू शकेल.

वॉर्ड समित्या घटित करणे व त्यांची रचना इत्यादी

२४३ ध कलमानुसार

१) तीन लाख किंवा अधिक लोकसंख्या असणाऱ्या नगरपालिकांच्या प्रादेशिक क्षेत्रामध्ये एका किंवा अधिक वॉर्डाचा समावेश असलेल्या वॉर्ड समित्या घटित करण्यात येतील.

२) राज्य विधान मंडळ, कायद्याद्वारे,
(क) वॉर्ड समित्यांची रचना व त्यांचे प्रादेशिक क्षेत्र,
(ख) वॉर्ड समितीमधील जागा ज्या रीतीने भरावयाच्या ती रीत,

३) वॉर्ड समितीच्या प्रादेशिक क्षेत्रामधील वॉर्डाचे प्रतिनिधित्व करणारा नगरपालिका सदस्य हा त्या समितीचा सदस्य असेल.

४) वॉर्ड समितीमध्ये...
(क) एका वॉर्डाचा अंतर्भाव असेल अशा बाबतीत, त्या वॉर्डाचे प्रतिनिधित्व करणारा सदस्य; किंवा
(ख) दोन किंवा अधिक वॉर्डाचा अंतर्भाव असेल अशा बाबतीत, अशा वॉर्डाचे नगरपालिकेमध्ये प्रतिनिधित्व करणाऱ्या सदस्यांमधून वॉर्ड समितीच्या सदस्यांनी निवडला असेल असा एक सदस्य हा त्या समितीचा सभाध्यक्ष असेल;

५) या अनुच्छेदातील कोणत्याही गोष्टीमुळे, वॉर्ड समितीव्यतिरिक्त आणखी कोणतीही

समिती घटित करण्यासाठी कोणतीही तरतूद करण्यास राज्य विधानमंडळास प्रतिबंध होतो, असे मानण्यात येणार नाही.

जागांचे आरक्षण

२४३ न कलमानुसार

१) प्रत्येक नगरपालिकेमध्ये अनुसूचित जातींसाठी आणि अनुसूचित जमातींसाठी जागा राखून ठेवण्यात येतील आणि अशा प्रकारे राखून ठेवण्यात आलेल्या जागांच्या संख्येचे त्या नगरपालिकेमध्ये थेट निवडणुकीद्वारे भरावयाच्या जागांच्या एकूण संख्येशी असलेले प्रमाण हे, शक्य होईल तेथवर, त्या नगरपालिका क्षेत्रामधील अनुसूचित जातींच्या किंवा नगरपालिका क्षेत्रातील अनुसूचित जमातींच्या लोकसंख्येचे त्या क्षेत्रातील एकूण लोकसंख्येशी जे प्रमाण असेल, तेच असेल आणि नगरपालिकेतील विविध मतदारसंघामध्ये आळीपाळीने अशा जागांचे वाटप करण्यात येईल.

२) खंड (१) खाली राखून ठेवलेल्या जागांच्या एकूण संख्येच्या एक-तृतीयांशापेक्षा कमी नसतील एवढ्या जागा अनुसूचित जातींच्या, किंवा यथास्थिती, अनुसूचित जातींच्या महिलांसाठी राखून ठेवण्यात येतील.

३) प्रत्येक नगरपालिकेमधील थेट निवडणुकीद्वारे भरावयाच्या जागांच्या एकूण संख्येचा एक-तृतीयांशापेक्षा कमी नसतील एवढ्या जागा (अनुसूचित जातींच्या व अनुसूचित जातींच्या महिलांसाठी राखून ठेवलेल्या जागा धरून) महिलांसाठी राखून ठेवण्यात येतील आणि नगरपालिकेतील विविध मतदारसंघामध्ये आळीपाळीने अशा जागांचे वाटप करण्यात येईल.

 १) नगरपालिकांमधील सभाध्यक्षांची पदे राज्य विधानमंडळ कायद्याद्वारे तरतूद करील अशा रीतीने अनुसूचित जाती, अनुसूचित जमाती आणि महिला यांच्यासाठी राखून ठेवण्यात येतील.

 २) खंड (१) आणि (२) खालील जागांचे आरक्षण आणि खंड (४) खालील सभाध्यक्षांच्या पदांचे आरक्षण हे (महिलांसाठी असलेल्या आरक्षणाव्यतिरिक्त) अनुच्छेद ३३४ मध्ये विनिर्दिष्ट केलेला कालावधी समाप्त झाल्यावर निष्प्रभावी होईल.

 ३) या भागातील कोणत्याही गोष्टीमुळे, कोणत्याही राज्याच्या विधानमंडळास, मागासवर्गीय नागरिकांसाठी कोणत्याही नगरपालिकेमध्ये जागा राखून

ठेवण्यासाठी किंवा नगरपालिकांमध्ये सभाध्यक्षांची पदे राखून ठेवण्यासाठी कोणतीही तरतूद करण्यास प्रतिबंध होणार नाही.

२४३ प कलमानुसार

१) प्रत्येक नगरपालिका, तिच्या पहिल्या बैठकीकरता नियत केलेल्या दिनांकापासून पाच वर्षापर्यंत, त्या काळी अमलात असलेल्या कोणत्याही कायद्याखाली ती तत्पूर्वी विसर्जित झाली नसेल तर, अस्तित्वात राहील, त्यापेक्षा अधिक काळ नाही :

परंतु, नगरपालिकेचे (असे) विसर्जन करण्यापूर्वी तिला आपली बाजू मांडण्याची वाजवी संधी देण्यात येईल.

२) त्या त्या काळी अमलात असलेल्या कोणत्याही कायद्यामधील कोणतीही सुधारणा ही, अशा सुधारणेच्या लगतपूर्वी कार्यरत असलेल्या कोणत्याही नगरपालिकेची विसर्जन करण्याकरिता कारणीभूत होण्याच्या दृष्टीने, खंड (१) मध्ये विनिर्दिष्ट केलेला तिचा कालावधी समाप्त होईपर्यंत प्रभावी होणार नाही.

३) नगरपालिका घटित करण्यासाठी,

(क) खंड (१) मध्ये विनिर्दिष्ट केलेला तिचा कालावधी समाप्त होण्यापूर्वी निवडणूक प्रक्रिया पूर्ण करण्यात येईल :

परंतु, ज्या कालावधीसाठी विसर्जित नगरपालिका चालू राहिली असती तो उर्वरित कालावधी सहा महिन्यांपेक्षा कमी असेल, त्या बाबतीत त्या कालावधीसाठी नगरपालिका घटित करण्याकरिता या खंडाखाली कोणतीही निवडणूक घेण्याची आवश्यकता असणार नाही.

४) एखाद्या नगरपालिकेचा कालावधी समाप्त होण्यापूर्वी तिचे विसर्जन झाल्यामुळे घटित करण्यात आलेली नगरपालिका ही, जर विसर्जित नगरपालिकेचे विसर्जन झाले नसते तर, खंड (१) खाली ज्या उर्वरित कालावधीसाठी ती नगरपालिका अस्तित्वात राहिली असती, तेवढ्याच उर्वरित कालावधीसाठी अस्तित्वात राहील.

२४३ फ कलमानुसार

१) एखादी व्यक्ती, एखाद्या नगरपालिकेची सदस्य म्हणून निवडली जाण्यास किंवा सदस्य असण्यास, पुढील बाबतीत अपात्र असेल,

(क) संबंधित राज्य विधानमंडळाच्या निवडणुकांच्या प्रयोजनार्थ त्या त्या काळी अमलात असलेल्या कोणत्याही कायद्याद्वारे किंवा त्याखाली

सदस्यत्वाकरिता तिला अशा प्रकारे अपात्र ठरविण्यात आलेले असेल तर,
परंतु, कोणत्याही व्यक्तीस, तिने वयाची एकवीस वर्षे पूर्ण केलेली असल्यास, ती पंचवीस वर्षांपेक्षा कमी वयाची आहे, या कारणास्तव अपात्र ठरवण्यात येणार नाही, कायद्याद्वारे किंवा त्याखाली तिला अशा प्रकारे अपात्र ठरवण्यात आलेले असेल तर,
(ख) राज्य विधान मंडळाने केलेल्या कोणत्याही कायद्याद्वारे किंवा त्याखाली तिला अशा प्रकारे अपात्र ठरण्यात आलेले असेल तर,

२) नगरपालिकेचा एखादा सदस्य खंड (१) मध्ये नमूद केलेल्या कोणत्याही प्रकारे अपात्र ठरला आहे किंवा काय याबाबत कोणताही प्रश्न निर्माण झाल्यास, तो प्रश्न, राज्य विधानमंडळ कायद्याद्वारे तरतूद करील अशा रीतीने आणि अशा प्राधिकाऱ्याकडे, निर्णयार्थ सोपविण्यात येईल.

२४३ ब कलमानुसार

संविधनाच्या तरतुदींना अधीन राहून राज्य विधानमंडळ कायद्याद्वारे,

क) नगरपालिकांना स्वराज्य संस्था म्हणून कामे पार पाडणे शक्य व्हावे या दृष्टीने आवश्यक असतील असे अधिकार व प्राधिकार त्यांना देऊ शकेल आणि...
(एक) आर्थिक विकास आणि सामाजिक न्याय यासाठी योजना तयार करणे,
(दोन) अनुसूचित बारा मध्ये यादी केलेल्या बाबींसंबंधातील कार्यांसह त्यांच्यावर सोपविण्यात आलेली कार्ये पार पाडणे व योजनांची अंमलबजावणी करणे.
यासंबंधात, या कायद्यामध्ये विनिर्दिष्ट करण्यात येतील अशा शर्तीवर अधीन राहून, या नगरपालिकांना अधिकार व प्राधिकार त्यांना देऊ शकेल आणि ...
(एक) आर्थिक विकास आणि सामाजिक न्याय यासाठी योजना तयार करणे;
(दोन) अनुसूची बारामध्ये यादी केलेल्या बाबींसंबंधातील कार्यांसह त्यांच्यावर सोपविण्यात आलेली कार्ये पार पाडणे व योजनांची अंमलबजावणी करणे,
या संबंधात, या कायद्यामध्ये विनिर्दिष्ट करण्यात येतील अशा शर्तींना अधीन राहून या नगरपालिकांना अधिकार व जबाबदाऱ्या सोपविण्याच्या तरतुदींचा अशा कायद्यामध्ये अंतर्भाव करू शकेल;

ख) अनुसूची बारामध्ये यादी केलेल्या बाबींसंबंधातील जबाबदाऱ्यांसह त्यांना प्रदान करण्यात आलेल्या जबाबदाऱ्या पूर्ण करणे शक्य व्हावे यासाठी आवश्यक असतील असे अधिकार व प्राधिकार समितीस देऊ शकेल.

नगरपालिकांच्या लेख्यांची लेखीपरीक्षा

२४३ य कलमानुसार

राज्याचे विधानमंडळ, नगरपालिकेकडून लेखे ठेवले जाण्याच्या संबंधात आणि अशा लेख्यांच्या लेखीपरीक्षेच्या संबंधात कायद्याद्वारे तरतूद करील.

नगरपालिकांच्या निवडणुका

२४३ य. क. कलमानुसार

१) नगरपालिकांच्या सर्व निवडणुकांसाठी मतदार याद्या तयार करण्याच्या कामाचे अधिक्षण, संचालन आणि नियंत्रण आणि अशा निवडणुकांचे आयोजन, या बाबी, अनुच्छेद २४३ टमध्ये निर्देशिलेल्या राज्य निवडणूक आयोगाकडे निहित असतील.

२) संविधानाच्या तरतुदींना अधीन राहून राज्याचे विधानमंडळ कायद्याद्वारे नगरपालिकांच्या निवडणुकीच्या सर्व संबंधित वा निगडित बाबींसाठी तरतूद करील.

विद्यमान कायदे व नगरपालिका अस्तित्वात राहणे

२४३ य.च. कलमानुसार

या भागामध्ये काहीही अंतर्भुत असले तरी संविधान (चौऱ्याहत्तरावी सुधारणा) अधिनियम ए १९९२ याच्या प्रारंभाच्या लगतपूर्वी राज्यामध्ये अमलात असलेल्या, नगरपालिकांशी संबंधित अशा कोणत्याही कायद्यातील, या भागातील तरतुदींशी विसंगत असलेली कोणतीही तरतूद ही, सक्षम विधानमंडळाकडून किंवा इतर सक्षम प्राधिकाऱ्याकडून सुधारित किंवा निरसित केली जाईपर्यंत किंवा अशा प्रारंभाच्या दिनांकापासून एक वर्ष पूर्ण होईपर्यंत, यापैकी जे अगोदरचे असेल तोपर्यंत, अमलात असण्याचे चालू राहील.

परंतु, अशा प्रारंभाच्या लगतपूर्वी अस्तित्वात असलेल्या सर्व नगरपालिका, त्या राज्याच्या विधानसभेकडून किंवा त्या राज्याची विधान परिषद असल्यास, त्या राज्याच्या विधानमंडळाच्या प्रत्येक सभागृहाकडून, तशा आशयाचा ठराव मंजूर करून त्याद्वारे, तत्पूर्वी विसर्जित केलेल्या असल्यास, त्यांचा कालावधी समाप्त होईपर्यंत अस्तित्वात राहतील.

निवडणुकीसंबंधीच्या बाबींमध्ये न्यायालयीन हस्तक्षेप करण्यास रोध

२४३ य.छ. कलमानुसार

या संविधानात काहीही अंतर्भुत असले तरी,

क) अनुच्छेद २४३ य.क. खाली केलेल्या अभिप्रेत असलेल्या, मतदारसंघाच्या सीमा निश्चित करणे किंवा अशा मतदारसंघामध्ये जागांची वाटणी करणे त्यांच्याशी संबंधित कोणत्याही कायद्याची विधिग्राह्यता कोणत्याही न्यायालयात प्रश्नस्पद करता येणार नाही.

ख) कोणत्याही नगरपालिकेची कोणतीही निवडणूक, राज्यविधिमंडळाने केलेल्या कोणत्याही कायद्याद्वारे किंवा तदन्वये तरतूद केलेल्या अशा प्राधिकाऱ्याकडे आणि तशा रितीने, निवडणूक विनंती अर्ज सादर केल्याखेरिज, अन्य रितीने प्रश्नास्पद करता येणार नाही. (mahasec.maharashtra.gov.in)

सराव प्रश्न

१) नगरपंचायतीची रचना लिहा.
२) नगरपंचायतीचे अधिकार व कार्ये सांगा.
३) नगरपरिषद किंवा नगरपालिकेची रचना लिहा.
४) नगरपालिका अध्यक्षाची कामे सांगा.
५) नगरपरिषदेचे अधिकार व कार्ये लिहा.
६) नगरपालिकेच्या उत्पन्नाची साधने लिहा.
७) नगरपालिकेच्या समित्या सांगा.
८) महानगरपालिकेची रचना लिहा.
९) महापौरांचे अधिकार व कार्ये लिहा.
१०) महापौर परिषद ही संकल्पना स्पष्ट करा.
११) महानगरपालिकेच्या उत्पन्नाचे मार्ग लिहा.
१२) महानगरपालिका स्थापनेच्या अटी सांगा.
१३) महानगरपालिका आयुक्तांचे अधिकार व कार्ये लिहा.
१४) महानगरपालिकेच्या समित्या सांगा.
१५) महानगरपालिकेच्या स्थायी समितीचे महत्त्व सांगा.
१६) महानगरपालिकेचे अधिकार व कार्ये स्पष्ट करा.

६ | राज्य निवडणूक आयोग

(State Election Commission)

अ) रचना, अधिकार व कार्ये (Structure, Power and Functions)
ब) निवडणूक सुधारणा (Election Reforms)

राज्य निवडणूक आयोग

महाराष्ट्र राज्य निवडणूक आयोगाची स्थापना भारतीय संविधानाच्या २४३ के व २४३ झेडए या कलमानुसार केली आहे. राज्यातील सर्व ग्रामीण व नागरी स्थानिक स्वराज्य संस्थांच्या निवडणुका घेण्याकरता २६ एप्रिल १९९४ रोजी राज्य निवडणूक आयोगाची स्थापना करण्यात आली. महाराष्ट्रामध्ये १९९४ नंतर म्हणजेच राज्य निवडणूक आयोगाच्या स्थापनेनंतर स्थानिक स्वराज्य संस्थांच्या निवडणुका नियमितपणे पार पडू लागल्या.

अ) रचना

राज्य निवडणूक आयोगाच्या प्रमुखाला 'राज्य निवडणूक आयुक्त' असे म्हटले जाते. राज्य निवडणूक आयुक्ताची नेमणूक राज्यपाल करतात. भारतीय प्रशासन सेवेतील अधिकाऱ्याची या पदावर नेमणूक केली जाते. राज्यातील स्थानिक शासनाच्या निवडणुका घेण्याचे महत्त्वपूर्ण कार्य राज्य निवडणूक आयुक्तांना पार पाडावे लागते. यासाठी त्यांना जिल्हा निवडणूक अधिकारी, उपजिल्हा निवडणूक अधिकारी व साहाय्यक नोंदणी अधिकारी मदत करतात.

राज्य निवडणूक आयोगाचे अधिकार व कार्ये

१) शहरी व ग्रामीण स्थानिक स्वराज्य संस्थांच्या निवडणुका घेणे.

२) मतदारयाद्या तयार करणे आणि त्या कामावरती नियंत्रण व देखरेख ठेवणे.

३) स्थानिक स्वराज्य संस्थाच्या निवडणुका घेण्यासाठी मतदारसंघाची निर्मिती करणे.

४) निवडणुकांचा कार्यक्रम घोषित करणे. त्यासाठी लागणारा कर्मचारी वर्ग नियुक्त करणे.

५) निवडणूक अर्ज स्वीकारणे, त्याची छाननी करणे, उमेदवारांची अंतिम यादी तयार करणे.

५) जे उमेदवार अपक्ष म्हणून निवडणूक लढवीत असतील अशा सर्व उमेदवारांना निवडणूक चिन्ह देणे.

६) मतदान केंद्राची व्यवस्था करणे.

७) निवडणूक आचारसंहितेचे उल्लंघन होणार नाही यासंबंधी देखरेख करणे.

८) निवडणूक खर्चावर नियंत्रण ठेवणे. उमेदवाराकडून निवडणूक खर्चाचा तपशील नेमून दिलेल्या नमुन्यात दाखल झाला आहे की नाही ते तपासणे.

९) निवडणूक आचारसंहितेचे उल्लंघन करणाऱ्यांविरुद्ध कायदेशीर कारवाई करणे.

१०) राजकीय पक्षांना आपली भूमिका जनतेपर्यंत पोहचविण्यासाठी प्रसिद्धी माध्यमांचा वापर करणे.

११) प्रत्येक मतदाराला निष्पक्षपातीपणे, निर्भयपणे आपले मत देता येईल असे वातावरण तयार करणे. शांतता व सुव्यवस्था प्रस्थापित करणे.

१२) बोगस मतदान होणार नाही याची दक्षता घेणे.

१३) मतदानाच्या दिवशी मतदान घेणे. सर्व मतपेट्या सुरक्षित ठेवणे. निकालाच्या दिवशी निष्पक्षपातीपणे मतमोजणी करणे व निवडणूक निकाल जाहीर करणे.

सारांश

७३ व ७४ व्या घटनादुरुस्तीमध्ये स्थानिक शासन संस्थांच्या निवडणुका नियमित व सुरळीतपणे पार पाडण्यासाठी राज्य निवडणूक आयोग ही स्वतंत्र यंत्रणा निर्माण करण्यात आली. महाराष्ट्र शासनानेदेखील महाराष्ट्र राज्याकरिता राज्य निवडणूक आयोग निर्माण केला. राज्य निवडणूक आयोगाच्या निर्मितीने स्थानिक शासन संस्थांच्या

निवडणुका नियमितपणे पार पडू लागल्या व त्यामध्ये पारदर्शकतादेखील आली. एकूणच लोकशाहीच्या यशस्वीतेसाठी निवडणुका निष्पक्षपाती होणे गरजेचे आहे. राज्य निवडणूक आयोग हे कार्य पार पाडताना दिसतो. अशा प्रकारे राज्य निवडणूक आयोगाची रचना, अधिकार व कार्य सांगता येतात.

राज्य निवडणूक आयुक्त

राज्य निवडणूक आयुक्ताच्या नियुक्तीच्या पात्रता व त्याची नियुक्ती यांसाठी आणि त्याच्याशी संबंधित आनुषंगिक बाबींसाठी तरतूद करण्याकरिता महाराष्ट्र शासनाकडून अधिनियम, १९९४ करण्यात आला. भारतीय गणराज्याच्या पंचेचाळीसाव्या वर्षी अधिनियम करण्यात आला. या अधिनियमास, राज्य निवडणूक आयुक्त (अर्हता व नियुक्ती) अधिनियम, १९९४ असे म्हटले जाते. 'राज्य निवडणूक आयुक्त' म्हणजे भारताचे संविधान याच्या अनुच्छेद २४३-ट अन्वये नियुक्त करण्यात आलेला राज्य निवडणूक आयुक्त.

नियुक्तीच्या अर्हता

राज्य निवडणूक आयुक्ताची नियुक्ती, शासनाच्या प्रधान सचिवाच्या दर्जापेक्षा कमी दर्जाचे नसेल असे पद ज्या व्यक्ती धारण करीत असतील किंवा ज्यांनी धारण केलेले असेल अशा व्यक्तींमधून करण्यात येईल.

वेतन

राज्य निवडणूक आयुक्ताला दरमहा रुपये ७,६०० इतके वेतन देण्यात येईल.

परंतु, जी व्यक्ती तिची राज्य निवडणूक आयुक्ताच्या पदावर नियुक्ती होते वेळी भारत सरकारच्या किंवा राज्य शासनाच्या नियंत्रणाखाली प्रधान सचिवापेक्षा वरच्या दर्जाचे पद धारण करत असेल आणि तिला दरमहा रु. ७,६०० पेक्षा अधिक वेतन असेल किंवा होते तर त्या व्यक्तीच्या, राज्य निवडणूक आयुक्त म्हणून तिची अशी नियुक्ती होते वेळीच्या वेतनाचे संरक्षण केले जाईल.

आणखी असे की, ज्या व्यक्तीला, राज्य निवडणूक आयुक्त म्हणून पदग्रहण करण्याच्या दिनांकाच्या लगतपूर्वी संघराज्य शासनाच्या नियंत्रणाखालील किंवा राज्य शासनाच्या नियंत्रणाखालील कोणत्याही अगोदरच्या सेवेच्या संबंधात (विकलांगता किंवा इजा निवृत्तीवेतन याव्यतिरिक्त अन्य) निवृत्तिवेतन मिळत होते किंवा असे निवृत्तीवेतन घेण्याची निवड करण्यास पात्र असल्याने, जिने असे निवृत्तीवेतन घेण्याची निवड केली होती, त्या व्यक्तीच्या राज्य निवडणूक आयुक्त म्हणून असलेल्या सेवेच्या संबंधातील वेतनातून अशा निवृत्तीवेतनाची रक्कम कमी करण्यात येईल.

राज्य निवडणूक आयुक्ताने अन्य पद धारण न करणे

राज्य निवडणूक आयुक्त, संसदेचा सदस्य किंवा राज्य विधानमंडळाचा सदस्य किंवा राज्यातील कोणत्याही पंचायतीचा किंवा नगरपालिकेचा सदस्य नसेल आणि तो (राज्य निवडणूक आयुक्त म्हणून असलेल्या त्याच्या पदाव्यतिरिक्त अन्य) कोणतेही विश्वासपेक्षी पद किंवा लाभाचे पद धारण करणार नाही किंवा तो कोणत्याही राजकीय पक्षाशी संबंधित असणार नाही किंवा कोणताही धंदा किंवा व्यवसाय करणार नाही आणि त्यानुसार राज्य निवडणूक आयुक्त म्हणून नियुक्त करण्यात आलेली व्यक्ती, आपले पद ग्रहण करण्यापूर्वी -

अ) जर ती संसदेची किंवा राज्याच्या विधानमंडळाची किंवा पंचायतीची अथवा नगरपालिकेची सदस्य असेल तर अशा सदस्यत्वाचा राजीनामा देईल; किंवा

ब) जर ती कोणतेही विश्वासपेक्षी पद किंवा लाभाचे पद धारण करीत असेल तर अशा पदाचा राजीनामा देईल; किंवा

क) जर ती कोणत्याही राजकीय पक्षाशी संबंधित असेल तर त्यांच्याशी असलेले संबंध तोडून टाकील; किंवा

ड) जर ती कोणताही धंदा करीत असेल तर (आपली मालकी सोडून देण्यापर्यंत न जाता) अशा धंद्याच्या संचालनासाठी व व्यवस्थापनाशी असलेले तिचे संबंध तोडून टाकील; किंवा

ई) जर ती कोणताही व्यवसाय करीत असेल तर असा व्यवसाय करण्याचे थांबवील.

पदावधी

१) राज्य निवडणूक आयुक्त ज्या दिनांकास आपले पदग्रहण करील त्या दिनांकापासून पाच वर्षापेक्षा अधिक नसेल इतक्या मुदतीसाठी पद धारण करील; आणि तो पुनर्नियुक्तीस पात्र असणार नाही.

परंतु राज्य निवडणूक आयुक्त, आपल्या सहीनिशी राज्यपालास उद्देशून पत्र लिहून आपल्या पदाचा राजीनामा देऊ शकेल.

२) राज्य निवडणूक आयुक्तास भारताच्या संविधानाच्या अनुच्छेद २४३-ट च्या खंड (२) च्या पत्रकामध्ये विनिर्दिष्ट करण्यात आलेल्या रितीने असेल त्याव्यतिरिक्त अन्य प्रकारे पदावरून दूर करण्यात येणार नाही.

रजा

१) राज्य निवडणूक आयुक्ताला एका कॅलेंडर वर्षामध्ये ३० दिवसांची अर्जित रजा मिळण्याचा हक्क असेल आणि ती रजा प्रत्येक कॅलेंडर वर्षाच्या १ जानेवारी व १ जुलै रोजी प्रत्येकी १५ दिवसांच्या दोन हप्त्यांमध्ये त्याच्या रजेच्या खात्यावर आगाऊ जमा करण्यात येईल.

२) (अ) राज्य निवडणूक आयुक्ताला, सेवेच्या प्रत्येक पूर्ण झालेल्या वर्षाच्या संबंधात २० दिवस या दराने, वैद्यकीय प्रमाणपत्रे सादर करून किंवा खासगी कामांसाठी अर्धपगारी रजा मिळण्याचा हक्क असेल आणि अर्धपगारी रजेचे रजावेतन हे अर्जित रजेच्या वेळी अनुज्ञेय असलेल्या रजावेतनाच्या निम्म्याइतके असेल.

ब) राज्य निवडणूक आयुक्ताच्या स्वेच्छानिर्णयानुसार अर्धपगारी रजेचे पूर्णपगारी रजेमध्ये परिवर्तन करता येईल, मात्र ती रजा वैद्यकीय प्राधिकाऱ्याने दिलेले वैद्यकीय प्रमाणात असले पाहिजे.

३) राज्य निवडणूक आयुक्ताला, एका पदावधी, जास्तीत जास्त १८० दिवसांच्या कालावधीची, पगार व भत्ता न मिळणारी असाधारण रजा मिळण्याचा हक्क असेल.

४) राज्य निवडणूक आयुक्ताला त्याचा पदावधी समाप्त झाल्यानंतर त्याच्या खात्यावर शिल्लक असलेल्या अर्जित रजेच्या संबंधातील रजा वेतनाईतकी रोख रक्कम मिळण्याचा हक्क असेल.

५) राज्य निवडणूक आयुक्ताला, पोट कलम (४) अन्वयेच्या रजा वेतनावर अनुज्ञेय म्हणून, त्याने राज्य निवडणूक आयोगाचे पद सोडून दिल्याच्या दिनांकाला अनुज्ञेय असलेल्या दरानुसार महागाई भत्ता मिळण्याचा हक्क असेल, परंतु, त्याला अशा रजा वेतनावर शहर पूरक भत्ता किंवा इतर कोणताही भत्ता मिळण्याचा हक्क असणार नाही.

६) राज्य निवडणूक आयुक्तास रजा देण्याचा किंवा नाकारण्याचा आणि त्यास दिलेली रजा रद्द किंवा कमी करण्याचा अधिकार राज्यपालांकडे निहित असेल.

राज्य निवडणूक आयुक्तास देय असलेले निवृत्तीवेतन

१) जी व्यक्ती राज्य निवडणूक आयुक्त म्हणून पदग्रहण करण्याच्या दिनांकाच्या लगतपूर्वी भारत सरकारच्या किंवा राज्य शासनाच्या सेवेत होती ती व्यक्ती, ज्या दिनांकास ती राज्य निवडणूक आयुक्त म्हणून पदग्रहण करील; त्या

दिनांकास सेवेतून निवृत्त झाल्याचे समजण्यात येईल. परंतु राज्य निवडणूक आयुक्त म्हणून असलेल्या त्यानंतरच्या तिच्या सेवेची गणना निवृत्तीवेतनासाठी हिशेबात धरली जाणारी निरंतर मान्य सेवा म्हणून गणली जाईल.

२) ज्या बाबतीत राज्य निवडणूक आयुक्त पोट-कलम (३) मध्ये विनिर्दिष्ट करण्यात असलेल्या कोणत्याही रितीने किंवा राजीनामा देऊन पद सोडून देईल त्या बाबतीत त्यास अशाप्रकारे पद सोडून दिल्यावर, त्यास इतर कोणतेही निवृत्तीवेतन मिळत असेल तर त्याशिवाय, सेवेच्या प्रत्येक पूर्ण केलेल्या वर्षासाठी किंवा त्याच्या भागासाठी दरवर्षी ७०० रुपये या दराने निवृत्तीवेतन देण्यात येईल आणि आयोगातील सेवेच्या वर्षाची संख्या कितीही असली तरी निवृत्तीवेतनाची जास्तीत जास्त रक्कम दरवर्षी ३,५०० रुपयांपेक्षा अधिक असणार नाही. परंतु राज्य निवडणूक आयुक्ताची राज्य निवडणूक आयोगाकडे दोन वर्षांपेक्षा कमी सेवा झालेली असेल तर त्याला असे कोणतेही निवृत्तीवेतन देय असणार नाही.

३) राज्य निवडणूक आयुक्त राजीनामा देऊन पद सोडून देईल त्याव्यतिरिक्त इतर बाबतीत...

अ) त्या कलम ६ मध्ये विनिर्दिष्ट करण्यात आलेला पदावधी पूर्ण केलेला असेल, किंवा

ब) पद सोडून देण्याची त्याची कृती अनारोग्यामुळे आवश्यक झाली असल्याचे वैद्यकीयरीत्या प्रमाणित करण्यात आलेले असेल,

तरच केवळ, त्याने या अधिनियमाच्या प्रयोजनासाठी आपले पद सोडून दिले असल्याचे मानण्यात येईल.

सर्वसाधारण भविष्यनिर्वाहनिधीत वर्गणी देण्याचा हक्क

राज्य निवडणूक आयुक्ताला त्याच्या विकल्पानुसार, सर्वसाधारण भविष्यनिर्वाहनिधीत वर्गणी देण्याचा हक्क असेल आणि तो असा विकल्प निवडील त्या बाबतीत, महाराष्ट्र सर्वसाधारण भविष्यनिर्वाहनिधी नियमांच्या तरतुदींद्वारे त्याचे नियमन केले जाईल.

परंतु, राज्य निवडणूक आयुक्ताने राज्य निवडणूक आयुक्त म्हणून पद ग्रहण केल्याच्या दिनांकाच्या लगतपूर्वी तो अखिल भारतीय सेवेतील सदस्य असेल किंवा त्याने केंद्र सरकारच्या अथवा एखाद्या राज्य शासनाच्या नियंत्रणाखालील पदग्रहण केल्याच्या दिनांकाच्या लगतपूर्वी त्याला लागू असलेल्या नियमांद्वारे त्याचे नियमन केले जाईल.

सेवेच्या इतर शर्ती...

या अधिनियमात अन्यथा तरतूद करण्यात आलेली असेल त्या व्यतिरिक्त, संबद्ध नियमानुसार महाराष्ट्र प्रशासकीय न्यायाधिकरणाच्या सदस्यांच्या बाबतीत त्या त्या वेळी लागू असलेल्या- महागाई भत्ता (निवृत्तीवेतनावरील धरून), स्थानिक पूरक भत्ता आणि प्रवास भत्त्यासह इतर सर्व भत्ते, निवासस्थानासाठी भाडेमाफ तरतूद, वाहन सुविधा, वैद्यकीय सोयी यांच्या संबंधातील सेवाशर्ती आणि अशा इतर सेवाशर्ती शक्य असेल तेथवर, राज्य निवडणूक आयुक्ताच्या बाबतीत लागू होतील. (सन १९९४ चा महाराष्ट्र अधिनियम क्रमांक-२२, mahasec.maharashtra.gov.in)

राज्य निवडणूक आयुक्तांचे अधिकार व कार्ये

१) स्थानिक स्वराज्य संस्थाच्या निवडणुकांचे संचालन, नियंत्रण व नियोजन करणे.

२) स्थानिक स्वराज्य संस्थांच्या निवडणुका सुरळीतपणे पार पाडण्यासाठी अधिकारी व कर्मचाऱ्यांची नियुक्ती करणे.

३) निवडणुकीचा कार्यक्रम घोषित करणे, निवडणूक अर्ज स्वीकारण्यापासून ते उमेदवारांना चिन्हांचे वाटप करण्यापर्यंत सर्व कार्यावर देखरेख व नियंत्रण ठेवणे.

४) निवडणूक आचारसंहितेचे पालन होते आहे की नाही यासंदर्भात देखरेख करणे. निवडणूक आचारसंहितेचा भंग करणाऱ्याविरुद्ध कारवाईचा निर्णय घेणे.

५) निवडणूक निकाल घोषित करणे, तो प्रसिद्धी माध्यमांना उपलब्ध करून देणे.

६) निवडणूक आयोगाचे संकेतस्थळ अद्ययावत ठेवणे.

सारांश

राज्य निवडणूक आयोगामध्ये राज्य निवडणूक आयुक्तांची भूमिका महत्त्वाची असते. राज्य निवडणूक आयुक्तांच्या कार्यक्षमतेवरती राज्य निवडणूक आयोगाची कार्यक्षमता, यशस्वीता अवलंबून असते. स्थानिक स्वराज्य संस्थांच्या महत्त्वपूर्ण निवडणुका पार पाडण्याची जबाबदारी राज्य निवडणूक आयुक्तावर असते. राज्य निवडणुक आयुक्तांना हे कार्य यशस्वीपणे पार पाडता यावे म्हणून राज्यघटनेनुसार त्याच्या पात्रता व सेवेसंदर्भातील सर्व गोष्टी लिखित स्वरूपात असल्याने त्यांना प्रभावीपणे कार्य करता येते. राज्यघटनेने त्यांना त्याच्या कार्यक्षेत्रामध्ये राहून कार्य करण्यासाठी निश्चित अधिकार प्रदान केलेले असल्याने त्यांना प्रभावीपणे कार्य करता येते. राज्य निवडणूक आयुक्तांनी राज्य निवडणूक आयोगाच्या स्थापनेपासून प्रभावीपणे कार्य केलेले दिसते. महाराष्ट्रासारख्या प्रचंड भौगोलिक व्याप्ती व प्रचंड लोकसंख्या

असलेल्या राज्याच्या स्थानिक स्वराज्य संस्थांच्या निवडणुका सुरळीत, शांततेने व लोकशाहीच्या सनदशीर मार्गाने पार पाडणे मोठे आव्हानात्मक काम आहे. महाराष्ट्रामध्ये २६ महानगरपालिका, २२६ नगरपालिका, १३ नगरपंचायती, ३४ जिल्हा परिषदा, ३५१ पंचायत समित्या व २७८७३ ग्रामपंचायती आहेत. महाराष्ट्रामध्ये शहरी व ग्रामीण स्थानिक स्वराज संस्था २८५२३ आहेत. या सर्वांच्या दर पाच वर्षांनी निवडणुका पार पाडण्याची महत्त्वपूर्ण जबाबदारी राज्य निवडणूक आयोग पार पाडतो. राज्य निवडणूक आयोगाचा प्रमुख राज्य निवडणूक आयुक्त असल्याने स्थानिक स्वराज्य संस्थाच्या निवडणुका घेण्याची फार मोठी जबाबदारी त्याला पार पाडावी लागते. अशा प्रकारे राज्य निवडणूक आयुक्तांच्या पात्रता, नियुक्ती, अधिकार व कार्ये स्पष्ट करता येतात.

ब) निवडणूक सुधारणा (Election Reforms)

भारतीय राज्यघटनेने निवडणूक आयोग स्वतंत्र ठेवला आहे. परंतु निवडणूक प्रक्रियेमध्ये फार मोठ्या प्रमाणावर दोष निर्माण झाले; त्यामुळे निवडणूक सुधारणा हा महत्त्वपूर्ण भाग आहे.

निवडणूक प्रक्रियेमध्ये निर्माण झालेले दोष दूर करण्यासाठी तारकुंडे समिती नेमली गेली. या समितीने निवडणूक सुधारणाविषयक काही महत्त्वपूर्ण शिफारशी केल्या; त्यास निवडणूक सुधारणा शिफारशी म्हटले जाते. या निवडणूक सुधारणा खालीलप्रमाणे–

१) निवडणूक खर्चावरती आळा घातला पाहिजे.

२) निवडणूक आयोगाच्या रचनेमध्ये बदल केला पाहिजे.

३) निवडणूक आयोग बहुसदस्यीय असावा.

४) इलेक्ट्रॉनिक मतदान यंत्रांचा वापर करावा.

५) बोगस मतदान व मतदान केंद्रावर घडणारे गैरप्रकार थांबविले पाहिजेत.

६) ज्यांना गुन्ह्याबद्दल शिक्षा झाली आहे अशा व्यक्तींना निवडणूक लढविण्यास अपात्र ठरविले गेले पाहिजे.

७) मतदार ओळखपत्र प्रत्येक मतदाराकडे असावे.

८) निवडणूक आयोगाकडे स्वतंत्र कर्मचारी वर्ग असावा.

९) सरकारी वाहनांचा निवडणुकीसाठी वापर करता कामा नये.

राजकारणातील गुन्हेगारीला प्रतिबंध करण्याच्या दृष्टीने, निवडणुकीतील अर्थकारण, निवडणूक आयोगासंबंधी, मतदान पद्धतीसंबंधी, प्रतिनिधींच्या वर्तनासंबंधी,

मतदारांच्या वर्तनासंबंधी अशा या निवडणूक सुधारणा आहेत. या निवडणूक सुधारणा प्रत्यक्ष अमलात आणल्या तर निवडणुका निष्पक्षपातीपणे, मुक्त व न्याय्य वातावरणामध्ये सहजपणे पार पडतील; यामुळे खऱ्या अर्थाने लोकशाहीचा विकास होईल.

राज्य निवडणूक आयुक्त नीला सत्यनारायण यांनी अमलात आणलेल्या निवडणूक सुधारणा

निवडणुकांची घटनात्मक जबाबदारी : ग्रामपंचायत, पंचायत समिती, जिल्हा परिषद, नगरपालिका आणि महानगरपालिका या स्थानिक स्वराज्य संस्थांच्या पंचवार्षिक निवडणुकांचा डोलारा सांभाळण्याची सांविधानिक जबाबदारी राज्य निवडणूक आयोगावर आहे. राज्यात एकूण २७,८७३ ग्रामपंचायती, ३५१ पंचायत समित्या, ३४ जिल्हा परिषदा, २२६ नगरपरिषदा, १३ नगरपंचायती आणि २६ महानगरपालिका आहेत. स्थानिक स्वराज्य संस्थांच्या निवडणुका पक्षीय पातळीवर म्हणजे राजकीय पक्षांच्या चिन्हांवर लढविल्या जातात. ग्रामपंचायतीच्या निवडणुका व्यक्तिगत पातळीवर लढविल्या जातात. त्यामुळे ग्रामपंचायती वगळता अन्य सर्व स्थानिक स्वराज्य संस्थांच्या निवडणुकांची निवडणूकविषयक आकडेवारी उपलब्ध करून देण्यात येते.

महिलांच्या अडचणींची दखल : निवडणूक प्रक्रियेतील अडचणी आणि महिला सदस्यांचे प्रश्न समजून घेणे. केळं, गाजर, खाट आणि कुकरसारख्या चिन्हांमुळे महिलांना अपमानित व्हावे लागते. या चिन्हांचा भलताच अर्थ काढला जातो, अशी बहुतांश महिला उमेदवारांची तक्रार होती. अशी नऊ चिन्हे वगळून त्याऐवजी संगणक, दूरचित्रवाणी संचासारख्या आधुनिक प्रतीकांचा निवडणूक चिन्हांमध्ये समावेश करणारी महत्तपूर्ण सुधारणा आयोगाने केली.

माहिती तंत्रज्ञानाचा वापर

घटनात्मक जबाबदारी म्हणून केवळ निवडणुका पार पाडण्याची औपचारिकता राज्य निवडणूक आयुक्तांनी पार पाडू नये तर निवडणूक प्रक्रियेत आमुलाग्र सुधारणाही घडवून आणाव्यात. काळाच्या बरोबर राहण्यासाठी राज्य निवडणूक आयोगाचे www.mahasec.com हे संकेतस्थळ विकसित करून या संकेतस्थळावर महानगरपालिका आणि नगरपरिषदांच्या निवडणूक प्रभागांच्या इलेक्ट्रॉनिक नकाशांची सुविधा उपलब्ध करून दिली आहे. महानगरपालिकेच्या एकत्रित नकाशावरून आपल्या प्रभागाचा नकाशा शोधता येतो. त्यात प्रभागातील निवडणूक अधिकाऱ्यांचे नाव, पत्ता आणि दूरध्वनी क्रमांक उपलब्ध होतो. सर्वात महत्त्वाचे म्हणजे मतदारांची संख्या,

प्रभागातील मतदारयादी आणि त्यातील आपले मतदान केंद्रही शोधता येते. विविध निवडणुकांचे निकालही या संकेतस्थळावर पाहता येतात. आयोगाचे आदेश, सूचना आणि परिपत्रकेही यावर उपलब्ध असतात.

मतदार केंद्रीत सुधारणा

मतदारांची गैरसोय टाळणे आणि मतदानाचे प्रमाण वाढविण्या संदर्भातील सुधारणा केल्या गेल्या. अपंग, ज्येष्ठ नागरिक, गरोदर माता यांना मतदानाच्या रांगेत उभे रहावे लागू नये म्हणून त्यांना प्राधान्य देण्यास सुरुवात केली आहे. मतदारांच्या लांब रांगा टाळण्यासाठी मतदान केंद्रांची संख्या वाढविण्यात आली आहे. मतदान केंद्र शक्यतो तळमजल्यावरच असावे व ते शक्य नसल्यास अपंग आणि ज्येष्ठ नागरिकांसाठी पालखीचीही व्यवस्था केली जावी, याकडे कटाक्षाने लक्ष देण्यात येते. मतदान केंद्रावर स्वच्छतागृह, पाणी आणि सावलीची व्यवस्था केली जाते. वाढती महागाई लक्षात घेऊन उमेदवारांच्या निवडणूक खर्चाच्या मर्यादित वाढ केली. बोटावर निशाणी करण्यासाठी शाईऐवजी मार्कर पेनचा वापर सुरू केला आहे. मतदारांच्या ओळखीसाठी आधार कार्ड पुरावा म्हणून ग्राह्य धरण्यास मान्यता दिली आहे. निवडणूक प्रचारात प्राण्यांच्या क्रूरपणे होणाऱ्या वापरावर निर्बंध घातला आहे.

मतदान यंत्रांचे अद्ययावतीकरण

स्थानिक स्वराज्य संस्थांच्या सर्वच निवडणुका इलेक्ट्रॉनिक मतदान यंत्रांद्वारे घेण्यात येतात. अलीकडे मतदान यंत्रांमध्ये अद्ययावत पद्धतीने सुधारणा केल्या आहेत. मतदान यंत्रांवर सांकेतिक भाषेऐवजी स्पष्टपणे माहिती दर्शविण्याची व्यवस्था केली आहे. बहुसदस्य प्रभाग पद्धतीच्या दृष्टीने मतदान यंत्रांचे प्रोग्रॅमिंग करण्यात आले आहे. अंध मतदारांसाठी ब्रेललिपीचीही सुविधा त्यावर आहे. मतदान यंत्रांच्या सुरक्षिततेसाठी संवेदनशील भागावर नॉन क्लोनेबल टॅग लावला आहे. त्यामुळे मतदान यंत्रात फेरफार करता येत नाही. तसा प्रयत्न केल्यास ते आपोआप बंद होते. या उपाययोजनांमुळे मतदान यंत्रे अधिक सुरक्षित झाली आहेत.

बहुसदस्य प्रभागपद्धती

सन २०११ मध्ये राज्यातील बृहन्मुंबई महानगरपालिका वगळता इतर सर्व महानगरपालिका/नगर परिषदा/नगरपंचायती यांना शासनाने बहुसदस्य प्रभागपद्धती लागू केली. त्यानुसार माहे नोव्हेंबर २०११ पासून नगर परिषदा/नगरपंचायती तसेच माहे फेब्रुवारी २०१२ पासून महानगरपालिका यांच्या सार्वत्रिक निवडणुका घेण्यात आल्या. या पद्धतीनुसार महानगरपालिकांच्या प्रत्येक प्रभागामधून कमीत कमी दोन व

जास्तीत जास्त तीन सदस्य निवडण्यात येतात, तर नगर परिषदा/नगरपंचायतीच्या प्रत्येक प्रभागातून ३ ते ५ सदस्य निवडण्यात येतात.

नोटा (NOTA)

राज्य निवडणूक आयोगाने सर्वोच्च न्यायालयाच्या आदेशास अनुसरून स्थानिक स्वराज्य संस्थांच्या निवडणुकीत मतदारांसाठी मतपत्रिकेवर 'None of the above' (NOTA) 'वरीलपैकी काही नाही' हा पर्याय उपलब्ध करून दिला आहे. इलेक्ट्रॉनिक मतदान यंत्रावर तशी सुधारणा करण्यात आली आहे. १ डिसेंबर, २०१३ पासून झालेल्या राज्यातील महानगरपालिका, जिल्हा परिषदा/पंचायत समित्या, नगर परिषदा/नगरपंचायती आणि ग्रामपंचायतींच्या निवडणुकांमध्ये ही सुविधा उपलब्ध करून देण्यात आली आहे. स्थानिक स्वराज्य संस्थांच्या निवडणुकांमध्ये मतदारांसाठी ही सुविधा उपलब्ध करून देणारे महाराष्ट्र हे देशातील पहिले राज्य आहे.

क्रांतिज्योती प्रशिक्षण प्रकल्प

पुरोगामी विचारांच्या महाराष्ट्राने स्थानिक स्वराज्य संस्थांमध्ये महिलांसाठी ५० टक्के आरक्षणाची तरतूद करून क्रांतिकारक पाऊल उचलले आहे. या निर्णयाने अधिकाधिक महिलांना सार्वजनिक जीवनात कर्तृत्व दाखविण्याची सुवर्णसंधी प्राप्त झाली. सदस्यपदी महिला आरूढ झाल्या असल्या तरी कारभार मात्र पुरुषच करतात. अगदी सह्याही तेच करतात. महिलांना ५० टक्के आरक्षण मिळाले; पण बळ, प्रतिष्ठा आणि समानता मिळाली नाही. हे थांबविण्यासाठी 'क्रांतिज्योती महिला सक्षमीकरण प्रकल्प' राबविला गेला. या प्रकल्पाच्या माध्यमातून ग्रामपंचायत महिला सदस्यांना ग्रामपंचायतीचे कायदे, कारभार, सरकारच्या विविध योजना, अंदाजपत्रक याबाबत प्रशिक्षण देण्यास सुरुवात करण्यात आली. हा प्रशिक्षण प्रकल्प संपूर्ण देशासाठी पथदर्शी ठरला असून तो देशपातळीवर राबविण्याबाबत कार्यवाही सुरू झाली आहे. 'यूएन वूमेन' या आंतरराष्ट्रीय पातळीवरील संघटनेनेही त्याची दखल घेतली आहे. (राज्य निवडणूक आयुक्त अहवाल, २०१३ mahasec.maharashtra.gov.in)

सारांश

महाराष्ट्रामध्ये शहरी व ग्रामीण स्थानिक स्वराज्य संस्थांची संख्या २८५२३ एवढी आहे. या सर्व स्थानिक स्वराज्य संस्थांच्या निवडणुका घेण्याची घटनत्मक जबाबदारी राज्य निवडणूक आयोगाची आहे. या आयोगाचे प्रमुख राज्य निवडणूक आयुक्त असतात. त्याचा कार्यकाल पाच वर्षाचा असतो. त्याच्या कार्यकालामध्ये त्यांना निवडणूकविषयक ज्या समस्या निर्माण झाल्या, त्या दूर करण्याचा त्यांनी प्रयत्न केला,

यातून निवडणूक प्रक्रियेमध्ये सुधारणा घडून आल्या. नीला सत्यनारायण या महाराष्ट्र राज्य निवडणूक आयोगाच्या आयुक्त होत्या. तेव्हा त्यांनी त्यांच्या कार्यकालामध्ये महत्त्वपूर्ण निवडणूक सुधारणा घडवून आणल्या. त्यामुळे स्थानिक स्वराज्य संस्थांच्या निवडणुका अधिक पारदर्शकरित्या होऊ शकतात, या दृष्टीने या निवडणूक सुधारणांना महत्त्वाचे स्थान आहे.

महाराष्ट्र राज्याचे राज्य निवडणूक आयुक्त

अ.क्र.	नाव	कालावधी
१	दे.ना. चौधरी	२६ एप्रिल १९९४
२	य.ल. राजवाडे	१५ जून १९९९
३	नंदलाल गुप्ता	१५ जून २००४
४	नीला सत्यनारायण	६ जुलै २००९
५	जगेश्वर सहारिया	५ सप्टेंबर २०१४

सराव प्रश्न

१) राज्य निवडणूक आयोगाची रचना लिहा.

२) राज्य निवडणूक आयोगाचे अधिकार व कार्ये सांगा.

३) निवडणूक सुधारणा सांगा.

७ | विकासातील नेतृत्वाची भूमिका

(Role of Leadership in Development)

अ) नेतृत्वाच्या उदयाची प्रारूपे (Emerging Patterns of Leadership)
ब) विकासावरील नेतृत्वाचा प्रभाव (Impact of Leadership on Development)

प्रस्तावना

विकास संकल्पना आणि स्थानिक शासनसंस्था यांचा आरंभापासून मेळ घातला गेला होता. स्थानिक स्वराज्य संस्थासाठी विकासमंडळ (कमिटी ऑन प्लॅन प्रोजेक्ट) स्थापण्याची सूचना करून १९५७ मध्ये बलवंतराय मेहता यांनी विकासावर भर दिला. सामूहिक विकास प्रकल्प (Community Development Project) आणि राष्ट्रीय विस्तारसेवा यांचे मूल्यमापन केले. लोकशाही विकेंद्रीकरणासाठी बलवंतराय मेहता समितीने तीन स्तरीय पंचायत राज्यव्यवस्था सूचविली. यामध्ये विकास ही संकल्पना महत्त्वाची होती. महाराष्ट्रात वसंतराव नाईक समितीच्या शिफारशी स्वीकारल्या. त्यानुसार पंचायती राज्यव्यवस्था स्थापन करण्यात आली. त्यामध्येदेखील विकास संकल्पना महत्त्वाची होती. जिल्हा परिषदेकडे वित्त, बांधकाम, शेती, सहकार, आरोग्य आणि शिक्षण अशा सहा समित्या असतात. आरंभी या समित्यांचा संबंध सामूहिक विकासाशी होता; त्यामुळे या प्रक्रियेतून नेतृत्व घडत गेले; तसेच विकासावर नेतृत्वाचा प्रभाव पडला. हे दोन मुद्दे पुढीलप्रमाणे आहेत–

अ) नेतृत्वाच्या उदयाची प्रारूपे (Emerging Patterns of Leadership)

व.म. सिरसीकरांनी आरंभी Political Behaviour in India (1965) आणि Rural Elite in a Developing Society (1970) या पुस्तकामध्ये नवीन नेतृत्वाची मांडणी केली आहे. डॉ. जयंत लेले यांनी Elite Pluralism and Class Rule (1982) या पुस्तकातदेखील स्थानिक नेतृत्वाचा सखोल आढावा घेतला आहे. डॉ. जयंत लेले यांनी सातारा, सांगली, कोल्हापूर, सोलापूर या जिल्ह्यातील स्थानिक नेतृत्वाचा मुलाखत पद्धतीने अभ्यास केला होता. 'महाराष्ट्राचे राजकारण : राजकीय प्रक्रियेचे स्थानिक संदर्भ' हे पुस्तक सुहास पळशीकर व नितीन बिरमल यांनी संपादित केले आहे. या पुस्तकात स्थानिक शासनसंस्थांच्या प्रक्रियेच्या अनेक घटकांची चर्चा केली आहे. परंतु त्याबरोबर नेतृत्वाचीही चर्चा केली आहे. यातून नेतृत्वाच्या प्रारूपाचा आशय किंवा नेतृत्वाचे स्वरूप पुढीलप्रमाणे दिसते-

नेतृत्वाच्या उदयाची प्रारूपे

↓

समुदाय विकासाचे नेतृत्व

↓

नव्या नेतृत्वाची घडण

↓

ओबीसी नेतृत्व

↓

स्त्रियांचे नेतृत्व

↓

अनुसूचित जाती, जमातीतील नेतृत्व

१) **समुदाय विकासाचे नेतृत्व :** पन्नाशीच्या दशकात समुदाय विकास योजनांचा प्रभाव होता; त्यामुळे या गोष्टीचा नेतृत्वावर प्रभाव होता. या चौकटीमध्ये इनामदार व सिरशिकरांनी स्थानिक नेतृत्वाची मांडणी केली आहे. थोडक्यात, समुदाय विकासाची जबाबदारी स्थानिक नेतृत्वाची होती. यामध्ये पुढाकार घेण्यातून नेतृत्व घडत गेले.

२) **नव्या नेतृत्वाची घडण :** १ मे १९६० रोजी महाराष्ट्र राज्याची स्थापना झाली. त्यानंतर शहरी भागातून ग्रामीण भागात राजकारण गेले. ग्रामीण भागात नवे

नेतृत्व निर्माण करण्यासाठी स्थानिक शासनसंस्थांचा उपयोग झाला. यशवंतराव चव्हाणांनी ग्रामीण भागात नवीन नेतृत्व घडवले. त्याचा आधार राज्यपातळीवरील नेतृत्वाला मिळवून दिला. या मुद्यांची मांडणी इनामदार, सिरशिकर, सुहास पळशीकर या अभ्यासकांनी केली आहे, हे नेतृत्वाच्या विकासाचे दुसरे स्वरूप होते.

३) **नव्वदीच्या दशकातील ओबीसी नेतृत्व :** नव्वदीच्या दशकामध्ये ७३ वी व ७४ वी घटना दुरुस्ती झाली. त्यामध्ये ओबीसी या वर्गासाठी २७ टक्के राखीव जागा स्थानिक स्वराज्य संस्थांमध्ये ठेवण्यात आल्या. सुहास पळशीकरांच्या मते, ८ ते ९ हजार ओबीसी निवडणुकांच्या रिंगणात उभे होते; (२००१-२००२) म्हणजेच स्थानिक पातळीवर मराठा नेतृत्वाच्याखेरीज नवीन ओबीसी नेतृत्वाचे स्वरूप उदयास आले.

४) **नव्वदीच्या दशकातील स्त्रियांचे नेतृत्व :** नव्वदीच्या दशकात ७३ वी व ७४ वी घटनादुरुस्ती करून आरंभी ३० टक्के नंतर ३३ टक्के व सरतेशेवटी ५० टक्के राखीव जागा महिलांसाठी स्थानिक स्वराज्य संस्थांमध्ये ठेवण्यात आल्या. यातून स्त्रियांचे नेतृत्व नव्याने उदयास आले; त्यामुळे राजकीय कार्यकर्त्यांमध्ये स्त्रियांची संख्या वाढली. ही एक प्रकारची अघोषित क्रांती होती, असे सुहास पळशीकरांचे मत आहे. यातून स्त्रियांना सत्ता, अधिकार व प्रतिष्ठा मिळू लागली; त्यामधून स्त्रियांचा स्थानिक अभिजनवर्ग उदयास आला.

५) **अनुसूचित जाती व जमातीतील स्थानिक नेतृत्व :** साठ, सत्तर व ऐंशीच्या दशकापर्यंत या दोन वर्गातून नेतृत्व पुढे येत होते. परंतु त्या नेतृत्वाला एक अंगभूत मर्यादा होती. नव्वदीच्या नंतर या दोन्ही वर्गातून स्त्रिया निवडून येऊ लागल्या. त्याबरोबरच त्या गटातील विविध जातींमधून उमेदवार निवडून येऊ लागले; त्यामुळे एकूण अनुसूचित जाती व जमातींमधील नेतृत्वाचे स्वरूप बदलले; तसेच नवीन नेतृत्वाचा उदय झाला.

सारांश

विकास व नेतृत्व या दोन संकल्पना परस्परांशी संबंधित आहेत. या दोहोंच्या संबंधाचा अभ्यास अनेक राजकीय विचारवंतांनी, अभ्यासकांनी केला आहे. नेतृत्वाची प्रारूपे सतत विकसित होत जाताना दिसतात. सुरुवातीला म्हणजे भारत स्वतंत्र झाल्यानंतर सामूहिक विकासयोजनांची आखणी केली गेली; यातून समुदाय विकासाचे नेतृत्व उदयाला आले. महाराष्ट्र राज्याच्या स्थापनेनंतर महाराष्ट्रामध्ये राज्य; तसेच

स्थानिक पातळीवर नवे नेतृत्व उदयाला आले. ७३ व ७४ व्या घटनादुरुस्तीमुळे समाजातील इतर मागास वर्ग, अनुसूचित जाती, अनुसूचित जमाती व महिला या घटकांचे नेतृत्व उदयाला आले. अशा प्रकारे नेतृत्वाच्या उदयाची विविध प्रारूपे सांगता येतात.

ब) विकासावरील नेतृत्वाचा प्रभाव (Impact of Leadership on Development)

विकास आणि नेतृत्व या दोन संकल्पना आणि त्याचा प्रत्यक्ष व्यवहार यांच्या संबंधात प्रभावाची मीमांसा करता येते. कल्याणकारी राज्यांमध्ये नेतृत्वाने विकास करावा असा अर्थ लावला गेला. नेतृत्व हस्तक्षेप करून मागास घटकांचा विकास करेल अशी संकल्पना राजकारणात मध्यवर्ती होती; तसेच लोकप्रशासनदेखील विकास प्रशासन असेल, असा कल्याणकारी राज्याचा दावा होता; त्यामुळे नोकरशाही पातळीवरील नेतृत्व हे विकास करण्यासाठी आहे, असे गृहीत धरले होते. विकासाची वेगवेगळी प्रारूपे आहेत. भारतात आरंभी समुदाय विकास कार्यक्रम स्वीकारला होता; त्यामुळे ब्लॉक डेव्हलपमेंट ऑफिसर (BDO) हे प्रशासकीय नेतृत्व निर्माण करण्यात आले. एकात्मिक विकासाची जबाबदारी गटविकास अधिकाऱ्यांवर होती. त्यानंतर विकासाचे एकक जिल्हा, तालुका की ग्राम असावा, याविषयी मतभिन्नता होती. महाराष्ट्रामध्ये जिल्हा हा योग्य घटक मानला गेला; त्यामुळे जिल्हा परिषद हे विकासाचे केंद्र ठरले. या प्रारूपानुसार जिल्हाधिकारी, जिल्हा नियोजन आयोग यांच्यावर विकासाची जबाबदारी देण्यात आली. सामुदायिक विकासयोजना व राष्ट्रीय विस्तारयोजनेच्या प्रगतीचे मूल्यमापन बलवंतराय मेहता समितीने केले. ही समिती भारताच्या राष्ट्रीय विकास परिषदेने व नियोजन मंडळाने जानेवारी १९५७ मध्ये स्थापन केली होती. सामूहिक विकास कार्यक्रम व राष्ट्रीय विस्तार कार्यक्रमात ग्रामीण जनतेचा सहभाग मिळेल व नियोजनाची उद्दिष्टे गाठता येतील, अशी अपेक्षा राजकीय आणि प्रशासकीय नेतृत्वाकडून व्यक्त केली गेली होती. बलवंतराय मेहता समितीने शिफारस केली होती की, ग्रामपंचायतीपेक्षा वरिष्ठ पातळीवरील स्थानिक संस्थांना राष्ट्रीय विकास कार्यक्रमांमध्ये स्वारस्य नाही. राष्ट्रीय विकासाची जबाबदारी राजकीय नेतृत्व आणि प्रशासकीय नेतृत्वाने स्वीकारली नाही, असे स्पष्ट होते. पंचायती राज्यावर राज्याचे नियंत्रण व देखरेख राहील आणि वरिष्ठ पातळीवर नियोजन करून त्यांना विकासाची जबाबदारी द्यावी. यातून जिल्हावार विकासाची जबाबदारी आली. जिल्हाधिकारी, जिल्हा नियोजन आयोग व जिल्हा परिषदेतील राजकीय नेतृत्व हा विकासाचा मध्यवर्ती घटक झाला.

वसंतराव नाईक समितीने स्थानिक प्रशासनासाठी जिल्हा स्तरावरील संस्था सर्वोत्तम कार्यात्मक संस्था आहे, अशी भूमिका घेतली होती; कारण हीच संस्था जिल्ह्याच्या संतुलित विकासासाठी आवश्यक असलेली साधनसामग्री प्रशासकीय व तांत्रिक कर्मचारी वर्ग व इतर गोष्टी उपलब्ध करू शकते. या गोष्टीचा विचार करून वसंतराव नाईक समितीने जिल्हा पातळीवर एक शक्तिमान कार्यकारी संस्था स्थापन करण्याची शिफारस केली; यामुळे जिल्हा पातळीवरून विकास आणि जिल्हा पातळीवर नेतृत्व अशी व्यवस्था निर्माण झाली. विशेषत: महाराष्ट्रात या पातळीवरून विकास आणि नेतृत्वाचा विचार झाला.

एल.एन. बोंगीरवार समितीने जिल्हा परिषदेच्या मुख्य कार्यकारी अधिकाऱ्यास जिल्हा परिषदेचा सचिव म्हणून नेमण्यात यावे अशी शिफारस केली होती. यातून मुख्य कार्यकारी अधिकारी यांचे नेतृत्व जिल्हा पातळीवर मुख्य मानले गेले. त्यांनी विकास करण्यामध्ये पुढाकार घेण्याची संकल्पना पुढे आली. तसेच बोंगीरवार समितीने जिल्हा नियोजन समितीचा प्रमुख जिल्हाधिकारी असतो, त्याऐवजी मुख्य कार्यकारी अधिकाऱ्यास या जिल्हा नियोजन समितीचा प्रमुख समजण्यात यावे, अशी शिफारस केली होती; यामुळे जिल्हापातळीवर मुख्य कार्यकारी अधिकारी या पातळीवरील नेतृत्वही विकासात महत्त्वाचे ठरले.

प्राचार्य पी.बी. पाटील समितीने जिल्ह्याबरोबरच तालुका आणि गावपातळीवर विकासाकडे जास्त लक्ष पुरविण्याची गरज नोंदविली. शेती व लघुउद्योगांचा कार्यक्रम त्यांनी ग्रामीण भागासाठी महत्त्वाचा मानला; एवढेच नव्हे तर राज्यशासनाने जिल्हा परिषदेचा वापर एजन्सी म्हणून करू नये अशी स्पष्ट भूमिका मांडली होती; म्हणजेच पंचायत राज्यातील प्रशासकीय नेतृत्व हे राज्य सरकार व केंद्र सरकारच्या वतीने काम करते ते मध्यस्थ या स्वरूपाचे असते. यास समितीचा विरोध होता म्हणजेच विकासाची संकल्पना केंद्रीय पातळीवरील होती. स्थानिक पातळीवर नेतृत्व त्या संकल्पनेची अंमलबजावणी करत होते; यामुळे या समितीने जिल्हा नियोजन व विकास मंडळाचे नाव बदलून ते जिल्हा विकास नियोजन व मूल्यमापन मंडळ असे करावे, अशी शिफारस केली होती. नेतृत्वाचा विकासाकडील दृष्टिकोन बदलण्याची ही भूमिका होती.

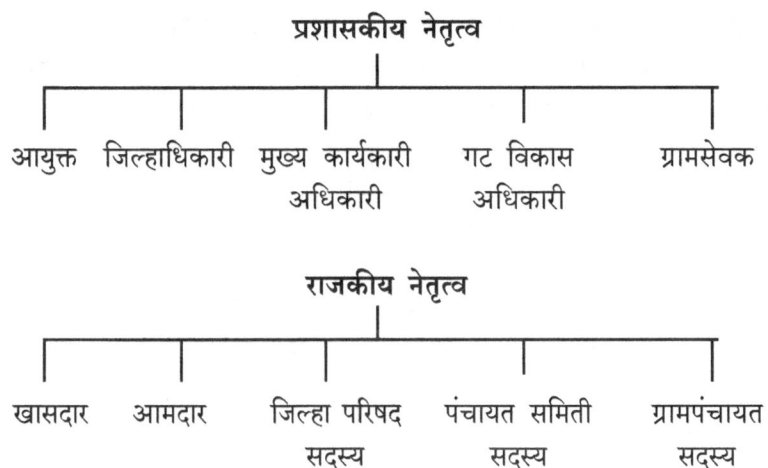

प्रशासकीय आणि राजकीय नेतृत्व

प्रशासकीय नेतृत्वामध्ये जिल्हाधिकारी, मुख्य कार्यकारी अधिकारी, गट विकास अधिकारी, ग्रामसेवक यांचा समावेश होतो; तर राजकीय नेतृत्वामध्ये खासदार, आमदार, जिल्हा परिषद सदस्य, पंचायत समिती सदस्य, ग्रामपंचायत सदस्य यांचा समावेश होतो. या दोन घटकांच्यामध्ये वादंग फार मोठे आहे. विकासामध्ये राजकीय नेतृत्व अडथळे निर्माण करते, अशी प्रशासकीय नेतृत्वाची समीक्षा आहे; तर प्रशासकीय नेतृत्व हे लालफितीचा कारभार, दप्तरदिरंगाई अशा अनेक गोष्टी करते, अशी राजकीय नेतृत्वाची समीक्षा आहे; एकूणच प्रशासकीय नेतृत्व विरोधी राजकीय नेतृत्व यांच्यामध्ये वादंग आहे. त्याचा परिणाम राजकीय विकासावर होतो. विकासाची संकल्पना बाजूला राहते आणि या दोन घटकांमधील वाद हा मुख्य मुद्दा ठरतो, यांमुळे विकास होत नाही.

१९९० नंतरचा बदल

१९९० नंतर ७३ व ७४ वी घटनादुरुस्ती झाली. त्यामुळे राजकीय नेतृत्वामध्ये महिला आणि ओबीसी या दोन घटकांचा नव्याने समावेश झाला.

या दोन घटकांचे विकासाचे प्राधान्यक्रम वेगळे होते. महिला व बालकल्याण समिती, समाजकल्याण विभाग यांच्यावर राजकीय नेतृत्वाने भर दिला तर त्या दरम्यान खासगीकरण, उदारीकरण, जागतिकीकरण हे (खाऊजा) धोरण आले होते; त्यामुळे प्रशासकीय विकासाची जबाबदारी निर्णयनिश्चितीपुरती सीमित झाली. 'बांधा, वापरा आणि हस्तांतरण करा' अशी प्रसिद्ध भूमिका घेतली गेली; यामुळे प्रशासकीय

नेतृत्वाची कामगिरी बदलली. नवीन तंत्रज्ञानाचा एक वर्ग उदयास आला. त्या तज्ज्ञांकडे नेतृत्व गेले, असा विकासाचा अर्थ बदलला आहे. आज विकास हा सार्वजनिक, खासगी भागीदारीत केला जातो; त्यामुळे प्रशासकीय नेतृत्व आणि राजकीय नेतृत्वाच्याखेरीज तज्ज्ञ लोकांचे नेतृत्व आणि या व्यवस्थेच्या खेरीजचे भांडवलदाराचे नेतृत्व अशी त्यास नवी दिशा प्राप्त झाली आहे.

सारांश

विकासप्रक्रियेवर नेतृत्वाचा प्रभाव पडतो. प्रशासकीय व राजकीय नेतृत्व असे दोन प्रकारचे नेतृत्व विकासप्रक्रियेवर प्रभाव टाकतात. प्रशासकीय व राजकीय नेतृत्वामध्ये समन्वय असेल तर जलद गतीने विकास घडून येतो. परंतु या दोन नेतृत्वामध्ये समन्वयाचा अभाव असेल तर विकासप्रक्रिया मंदावते. एकूणच विकासप्रक्रियेमध्ये नेतृत्वाला महत्त्वाचे स्थान आहे.

सराव प्रश्न

१) नेतृत्वाच्या उदयाची प्रारूपे स्पष्ट करा.
२) विकासावरील नेतृत्वाचा प्रभाव स्पष्ट करा किंवा विकास व नेतृत्व यांचा सहसंबंध स्पष्ट करा.

(८) स्थानिक शासनसंस्थेपुढील आव्हाने

(Challenges Before Local Self Government)

अ) स्थानिक वित्ताचा प्रश्न (Issues in Local Finance)
ब) सहभागाचा प्रश्न (Issues of Participation)

प्रस्तावना

स्थानिक शासन संस्थेच्या पुढे स्थानिक वित्ताचे आणि सहभागाचे आव्हान आहे. या दोन आव्हानांचा उल्लेख बलवंतराय मेहता, वसंतराव नाईक, बोगींरवार, पी.बी.पाटील या समित्यांनी केला आहे. ही दोन आव्हाने पुढीलप्रमाणे स्पष्ट करता येतात.

अ) स्थानिक वित्ताचा प्रश्न (Issues in Local Finance)

स्थानिक स्वराज्य संस्थांच्या उत्पन्नाचे मार्ग स्थानिक स्वराज्य संस्थांना वित्तपुरवठा केंद्र व राज्यसरकारकडून होतो; त्यामुळे स्थानिक स्वराज्य संस्था या परावलंबी आहेत. त्या आर्थिकदृष्ट्या स्वयंपूर्ण नाहीत. त्याच्या उत्पन्नाचे मार्गदेखील मर्यादित आहेत.

त्याच्या उत्पन्नाचे मार्ग–

१) ग्रामपंचायतीची उत्पन्नाची साधने.
२) पंचायत समितीची उत्पन्नाची साधने.
३) जिल्हा परिषद उत्पन्नाची साधने.

४) नगरपरिषद उत्पन्नाची साधने.

५) महानगरपालिकेची साधने.

विविध समित्यांनी उत्पन्नाच्या साधनांचा घेतलेला आढावा.

१) ग्रामपंचायतीची उत्पन्नाची साधने : बलवंतराय मेहता समितीने ग्रामपंचायतीच्या उत्पन्नाची साधने सांगितली आहेत. प्रत्यक्ष कर, अप्रत्यक्ष फी, सेसडी ती साधने आहेत. जमीन महसूल कर, उपकर, घरपट्टी, व्यवसायकर, सरकारी अनुदान या माध्यमातून ग्रामपंचायतीला उत्पन्न मिळते. ग्रामपंचायतीची ही उत्पन्नाची साधने अपुरी किंवा मर्यादित आहेत; त्यामुळे ग्रामपंचायत स्वत: पुढाकार घेऊन गावाचा सर्वांगीण विकास करू शकत नाही. ही वित्तीय समस्या असलेली दिसते. ग्रामपंचायती आर्थिकदृष्ट्या स्वतंत्र, स्वावलंबी नसणे ही समस्या आहे.

२) पंचायत समितीची उत्पन्नाची साधने : पंचायत समितीला स्वतंत्र अशी उत्पन्नाची साधने नाहीत; त्यांना प्रशासकीय व विकास कार्यासाठी जिल्हापरिषदेकडून आर्थिक मदत केली जाते.

पंचायत समिती हा तालुका पातळीवरील स्तर आहे. गाव व जिल्हा यांचा महत्त्वपूर्ण दुवा आहे परंतु पंचायत समितीला स्वत:ची आर्थिक साधने नाहीत. ती आर्थिक साहाय्यासाठी पूर्णपणे जिल्हापरिषदेवर अवलंबून असल्याने तिला तालुक्याचा विकास करता येत नाही.

३) जिल्हा परिषद उत्पन्नाची साधने : जिल्हापरिषदेकडे स्वत:चा जिल्हा निधी असतो. जिल्हापरिषदेला मिळणारे उत्पन्न ज्यामध्ये जमा केले जाते त्याला 'जिल्हानिधी' म्हणतात. जकात कर, बाजार शुल्क, जिल्ह्याच्या अंतर्गत व्यापार किंवा नोकरी करीत असलेल्या व्यक्तीवर बसवायचा कर, करमणूक कर, यात्रा कर, जमिनी व इमारतीवरील कर यासारख्या विविध करांपासून जिल्हापरिषदेला जमीन महसुलामधील हिस्सा देते व अनुदाने देखील देते.

पंचायत राजव्यवस्थेतील जिल्हा हा महत्त्वपूर्ण घटक आहे. जिल्हा हा विकासाचा महत्त्वाचा घटक आहे. जिल्हापरिषदेकडे स्वत:चा जिल्हा निधी असला, तरी संपूर्ण जिल्ह्याचा विकास करण्यासाठीच्या योजनांची आखणी व अंमलबजावणी करण्याची आर्थिक ताकद जिल्हापरिषदेकडे नाही. जिल्हापरिषदेची आर्थिक ताकद मर्यादित आहे; त्यामुळे राज्यघटनेने दिलेल्या अधिकारांचा तिला प्रत्यक्षात वापर करता येत नाही.

४) **नगरपरिषदेच्या उत्पन्नाची साधने :** नगरपरिषदेला स्वतंत्र उत्पन्नाची साधने आहेत. कर, सरकारी अनुदाने व कर्ज या स्वरूपामध्ये तिला स्वत:ची आर्थिक साधने आहेत.

नगरपरिषदेची भौगोलिक व्याप्ती व्यापक असते. तिच्यापुढील समस्यांची व्याप्तीदेखील मोठी असते. त्या तुलनेत तिच्याकडे असणारा पैसा अत्यंत कमी असतो. विकासकार्याची पूर्तता वित्ताच्या अभावामुळे तिला करता येत नाही.

५) **महानगरपालिकेच्या उत्पन्नाची साधने :** महानगरपालिकेला देखील स्वत:ची उत्पन्नाची साधने आहेत; कर आकारणी व संकलनविषयक व्यापक अधिकार महानगरपालिकेला आहेत. संपत्ती कर, फायर कर, पाणीपट्टी, करमणूक कर, जकात कर, शहर सुधारणा कर यापासून महानगरपालिकेला उत्पन्न मिळते. याशिवाय संपत्ती व उपक्रमांपासूनचे उत्पन्न महानगरपालिकेला मिळते; तसेच राज्यसरकारकडून महानगरपालिकेला आर्थिक साहाय्य मिळते; महानगरपालिकेला स्वत: कर्जे उभारता येतात.

महानगरपालिकेला स्वतंत्र व स्वत:ची उत्पन्नाची साधने आहेत. परंतु ती अपुरी, मर्यादित व सतत बदलणारी आहेत. उदा. एल.बी.टी. त्यामुळे महानगरपालिकेला विकास कार्य करताना अडचणी येत आहे. केंद्र व राज्यसरकार अनुदान देते परंतु ती वेळेवर मिळत नसल्याने महानगरपालिकेची विकास कार्ये पूर्ण करता येत नाहीत. महापालिकेला आपल्या क्षेत्रातील समस्या सोडविता येत नाही. शासनाच्या आर्थिक मदतीवर त्यांना विकासकार्यासाठी अवलंबून रहावे लागते. महानगरपालिकेकडे जो स्वत:चा पैसा असतो तो पैसा नागरिकांना सेवा-सुविधा उपलब्ध करून देण्यापुरताच मर्यादित असतो. एकूणच महापालिकेकडे देखील वित्ताची फार मोठी समस्या आहे.

अर्थात, ग्रामीण व शहरी स्थानिक शासनसंस्था निर्माण करून लोकशाहीतील राजकीय सत्ता विकेंद्रीकरणाचे तत्त्व प्रत्यक्षात आले परंतु या संस्थांना आर्थिक सत्ता नाही किंवा मर्यादित असल्याकारणाने त्यांना प्रभावीपणे कार्य करता येत नाही. स्थानिक स्वराज्य संस्थापुढील वित्तीय समस्या ही फार मोठी समस्या आहे.

राज्य वित्त आयोग

पंचायत राज संस्थांना व शहरी स्थानिक संस्थांना आर्थिक सत्ता किंवा ताकद देण्यासाठी महाराष्ट्र शासनाने राज्य वित्त आयोग १९९४साली स्थापन केला. राज्याने वसूल केलेल्या उत्पन्नामध्ये राज्य व पंचायत संस्था यामध्ये राज्य वित्त आयोग पंचायतीचा वाटा निश्चित करतो. राज्याच्या निधीतून पंचायतींना अनुदान देण्याबाबत

हा आयोग शिफारशी करतो. पंचायतीकडे कोणकोणते कर सोपवायचे हेदेखील हा आयोग निश्चित करतो एकूणच पंचायतीची आर्थिक स्थिती सुधारण्यासाठी हा आयोग शिफारशी करतो.

थोडक्यात, ग्रामीण, शहरी स्थानिक संस्थांना पुढील वित्तीय समस्या सोडविण्यासाठी महाराष्ट्र शासनाने राज्य वित्त आयोग स्थापन केला. स्थानिक स्वराज्य संस्थापुढील वित्ताची समस्या कशा प्रकारे सोडविता येईल ह्यासंदर्भामध्ये हा आयोग काम करतो. परंतु तरीदेखील स्थानिक स्वराज संस्थांपुढील वित्तीय समस्या कायमस्वरूपी असलेली दिसते.

ब) सहभागाचा प्रश्न (Issues of Participation)

महाराष्ट्रातील स्थानिक स्वराज्य संस्थांची निर्मिती करण्यामागील महत्त्वाचा हेतू म्हणजे राजकीय सत्तेचे विकेंद्रीकरण होय, स्थानिक जनतेला राज्यकारभारामध्ये सहभागी होता यावे तसेच स्थानिक प्रश्न स्थानिक पातळीवर सोडविता यावेत व स्थानिक नेतृत्वाचा विकास व्हावा हा स्थानिक स्वराज्य संस्थांच्या निर्मिती मागील हेतू होता. स्थानिक प्रश्नांची सोडवणूक स्थानिक जनतेच्या सहभागातूनच होवू शकते. स्थानिक कारभारामध्ये स्थानिक जनतेचा सहभाग अत्यंत कमी होता. बलवंतराय मेहता, वसंतराव नाईक, अशोक मेहता, पी.बी.पाटील या स्थानिक स्वराज्य संस्थांच्या संदर्भात नेमलेल्या समितींनी स्थानिक कार्यक्रमांमध्ये स्थानिक जनतेचा सहभाग असण्यावर सतत भर दिला. तो सहभाग वाढविण्यासंदर्भातील शिफारशी केल्या. स्थानिक जनतेचा सहभाग हा सर्वांगीण म्हणजे सर्व गटांचा असला पाहिजे. महिला, इतर मागास वर्ग, अनुसूचित जाती-जमाती या मागासलेल्या समाजघटकांच्या सहभागाचा प्रश्न निर्माण झालेला होता; एकूण स्थानिक स्वराज्य संस्थांपुढे स्थानिक जनतेचा सहभाग, अनुसूचित जाती, जमाती व इतर मागासवर्ग व महिला या समाजघटकांच्या सहभागाचा प्रश्न निर्माण झालेला आहे.

१) **स्थानिक जनतेच्या सहभागाचा प्रश्न :** स्थानिक स्वराज्य संस्थांच्या कारभारामध्ये स्थानिक जनतेचा सहभाग असत नाही, ही स्थानिक स्वराज्य संस्थेपुढील एक महत्त्वाची समस्या आहे. स्थानिक जनतेचा सहभाग असेल तर विकास कार्यक्रमाची आखणी व अंमलबजावणी काटेकोरपणे होते. स्थानिक जनतेचे प्रश्न, समस्या कोणत्या आहेत व त्या कशा प्रकारे सोडविता येतील, यांच्या नियोजनामध्ये स्थानिक जनतेने सहभाग घेतला तर ते प्रश्न सोडविता येतात. स्थानिक प्रशासन कार्याची यशस्विता बऱ्याच प्रमाणात स्थानिक

जनतेच्या सहभागावर अवलंबून असते. स्थानिक कारभारामध्ये स्थानिक जनतेचा सहभाग नाही ही समस्या स्थानिक स्वराज्य संस्थांच्या संदर्भात नेमलेल्या सर्वच समित्यांनी अधोरेखित केली होती व स्थानिक जनतेचा सहभाग वाढविण्यासंदर्भातील शिफारशी केल्या होत्या. मात्र, अजूनही स्थानिक विकास कार्यक्रमांमध्ये जनता सहभागी होत नाही; त्यामुळे कोणतीही योजना प्रभावीपणे राबविता येत नाही. स्थानिक प्रशासनाला स्थानिक जनतेच्या प्रश्नाची सोडवणूक करता येत नाही. त्याच्यासाठी योजना आखल्या जातात. परंतु त्या योजनांना यश प्राप्त होत नाही. एकूणच स्थानिक स्वराज्य संस्थांपुढील स्थानिक जनतेच्या सहभागाचा प्रश्न किंवा समस्या निर्माण झालेल्या दिसतात.

२) **अनुसूचित जाती-जमातींच्या सहभागाचा प्रश्न :** स्थानिक पातळीवर अनुसूचित जाती-जमातींची लोकसंख्या कमी असल्याने त्यांचा स्थानिक स्वराज्य संस्थांमध्ये राजकीय सहभाग नव्हता. राजकीय प्रतिनिधित्व व राजकीय सत्ता या दोन पातळ्यांवर अनुसूचित जाती-जमातींचे राजकीय समावेशन होत नव्हते. राज्यघटनेने दिलेले अधिकार व्यवहारामध्ये त्यांना वापरता येत नव्हते. स्थानिक स्वराज्य संस्था पातळीवर अनुसूचित जाती-जमातींच्या राजकीय सहभाग वाढविण्याचा प्रश्न निर्माण झाला. यावरती उपाय म्हणून ७३ व ७४वी घटनादुरुस्ती करण्यात आली. या घटनादुरुस्तीनंतर ग्रामपंचायत, पंचायत समिती, जिल्हापरिषद, महानगरपालिका, नगरपालिका, छावणी क्षेत्र या सर्वच स्थानिक संस्थांमध्ये अनुसूचित जाती-जमातींसाठी त्यांच्या लोकसंख्येच्या प्रमाणामध्ये राखीव जागा ठेवण्यात आल्या. या राखीव जागांमुळे स्थानिक पातळीवर अनुसूचित जाती-जमातींचा राजकीय सहभाग वाढेल तसेच राजकीय सत्तेची पदेही त्यांच्यासाठी राखीव ठेवण्यात आली. या राखीव जागेच्या तरतुदीमुळे अनुसूचित जाती, जमातींना राजकीय सहभागाची संधी मिळाली आहे.

३) **इतर मागासवर्गाच्या सहभागाचा प्रश्न :** स्थानिक पातळीवर इतर मागासवर्गीयांची लोकसंख्या कमी असल्याने त्याच्या राजकीय सहभागाचा प्रश्न निर्माण झालेला होता. ७३ व ७४ घटनादुरुस्तीनंतर ओबीसींना २७ टक्के आरक्षण दिले गेले, यातून ओबीसींचा राजकीय सहभाग वाढला. परंतु अजूनही ओबीसींचा राजकीय सहभाग मर्यादित राहिलेला दिसतो. ओबीसींचा राजकीय सहभाग वाढविण्याचा प्रश्न आजही कायम आहे.

४) **महिलांच्या सहभागाचा प्रश्न :** समाजव्यवस्थेमध्ये महिला व पुरुष असे दोन घटक आहेत. परंतु या दोन घटकांचा समान पद्धतीने राजकीय सहभाग घडताना दिसत नाही. पुरुषांच्या तुलनेमध्ये महिलांचा राजकीय सहभाग अत्यंत कमी आहे. स्थानिक पातळीवर असे मिथक आहे की, राजकारण हे क्षेत्र पुरुषांचे आहे महिलांचे नाही यामुळे महिला आपोआपच राजकारणापासून दूर राहतात. १९९४ पर्यंत महिलांचा राजकीय सहभाग मर्यादित किंवा अत्यल्प होता. ७३ व ७४ व्या घटनादुरुस्तीने महिलांना स्थानिक स्वराज्य संस्थेमध्ये सुरुवातीला ३० टक्के, त्यानंतर ३३ टक्के व आता ५० टक्के जागा राखीव ठेवण्यात आले आहे. ५० टक्क्यांपर्यंत महिलांचा राजकीय सहभाग वाढविलेला दिसतो. महिला या घटकाला आरक्षणाच्या माध्यमातून राजकीय सहभागाची संधी प्राप्त झालेली दिसते त्याचबरोबर राजकीय सत्तेची पदेदेखील महिलांसाठी राखीव ठेवल्याने महिलांना राजकीय सत्ताप्राप्तीची संधी मिळालेली आहे. ओबीसी, अनुसूचित जाती-जमाती या समाज घटकातील महिलांनादेखील राजकीय सहभाग व राजकीय सत्ता मिळालेली दिसते.

सारांश

स्थानिक स्वराज्य संस्थांच्या पातळीवर सहभागाचा प्रश्न निर्माण झालेला होता. स्थानिक स्वराज्य संस्थांच्या कारभारामध्ये स्थानिक जनतेचा, अनुसूचित जाती-जमाती, ओबीसी व महिला या घटकांच्या सहभागाचा प्रश्न निर्माण झालेला होता. ७३ व ७४व्या घटनादुरुस्तीने या घटकांसाठी राखीव जागा ठेवून हा सहभागाचा प्रश्न सोडविण्याचा प्रयत्न केलेला आहे. परंतु आरक्षित जागांमधूनच हा सहभाग घडून येत आहे. सर्वसाधारण जागेवरून सर्वांना समान संधी मिळताना दिसत नाही. त्यामुळे राजकीय सहभागाचे स्वरूप व्यापक होणे गरजेचे आहे.

सरावप्रश्न

१) स्थानिक स्वराज्य संस्थांपुढील वित्तीय व सहभागाच्या समस्या लिहा.

२) स्थानिक वित्ताची समस्या किंवा प्रश्न सांगा.

३) सहभागाची समस्या किंवा प्रश्न सांगा.

परिशिष्ट – १

महाराष्ट्रातील स्थानिक स्वराज्य संस्था

अ.क्र.	विभाग	क्षेत्रफळ स्के.किमी.	लोकसंख्या	जिल्हे	महानगर पालिका	नगर पालिका	नगर पंचायत	जिल्हा परिषद	पंचायत समिती	ग्राम पंचायत	एकूण
१	कोकण	३०७२८	२४८८३८३०	७	८	२३	५	५	४५	३०१७	३१०३
२	नाशिक	५७४४०	१५७३६७८४	५	५	३७	२	५	५४	४८९९	५००२
३	पुणे	५७२७५	१९९९७७७८	५	५	४३	०१	५	५७	५६७०	५७८१
४	औरंगाबाद	६४८१३	१५६२९२४८	८	४	५१	३	८	७६	६६३८	६७८०
५	अमरावती	४६०३५	९९४८३६६	५	२	४०	०	५	५६	३९४९	४०५२
६	नागपूर	५१२८६	१०६८२६२१	३६	२६	२२६	१३	३४	३५१	२७८७३	२८५२३

(mahasec.maharashtra.gov.in)

पारिभाषिक शब्दावली

Community Development Programme – स्वातंत्र्योत्तर कालखंड सामुदायिक विकास योजना

Election Reforms – निवडणूक सुधारणा

Evolution – विकास

Local Finance – स्थानिक वित्त

Local Self Government – स्थानिक स्वराज्य संस्था/स्थानिक शासनसंस्था

Municipal Corporation – महानगरपालिका

Municipal Council – नगरपरिषद

Participation – सहभाग

Patterns of Leadership – नेतृत्वाची प्रारूपे

Post-Independence Period – स्वातंत्र्यपूर्व कालखंड

Pre-Independence Period – स्थानिक स्वराज्य संस्था

Rural Local Bodies – ग्रामीण स्थानिक संस्था

State Election Commission – राज्य निवडणूक आयोग

State Finance Commission – राज्य वित्त आयोग

Urban Local Bodies – शहरी स्थानिक संस्था

73rd Amendment – ७३वी घटनादुरुस्ती

74th Amendment – ७४वी घटनादुरुस्ती

संदर्भसूची

१) बाचल वि.मा. व सुधाकर नायगावकर, १९७९, भारतातील स्थानिक शासन, सुविचार प्रकाशन, पुणे.

२) कापडनीस द.गो., १९६३, पंचायतराज्य प्रशासन (भाग-१), पुणे.

३) कुलकर्णी अ.ना., २००० भारतातील स्थानिक स्वशासन, विद्या प्रकाशन, नागपूर.

४) व्होरा राजेंद्र व सुहास पळशीकर, (संपा.)१९८७, राज्यशास्त्र कोश, दास्ताने प्रकाशन, पुणे.

५) खांदवे एकनाथ, २००९ महाराष्ट्राचे शासन आणि राजकारण, आरती प्रकाशन, कर्जत.

६) घारे पी.श्री., १९७३, भारतीय प्रशासन, राणे प्रकाशन, पुणे.

७) जैन अशोक, १९९८, महाराष्ट्राचे शासन आणि राजकारण, सेठ प्रकाशन, मुंबई.

8) All India Institute of Local Self Government, 2006, Maharashtra Municipal Councils and Nagar Panchayats Election Rules, 1966: With Notes, Case Law and Comments, All India Institute of Local Self Government.

9) Dhariwal S.S., 2004, Good Governance in Local Self Government, Deep and Deep Publication, New Delhi.

10) Lele Jayant, 1965, Role of Local Government in Rural Development, Cornell University.

11) Nagaraja Rao, G. Sai Prasad, 2007, Accountability of Urban Local Governments in India, Atlantic Publisher, New Delhi.

12) Prasad R.N., 2006, Urban Local Self Government in India, Mittal Publication, New Delhi.

13) Rajadhyaksha N. D., 1975, Municipal Councils in Maharashtra, All India Institute of Local Self Government.

14) Sachdeva Pradeep, Local Government in India, Pearson, New Delhi.

15) Sharma O.P., 1988, Financial Relations between Centre, States and Local-Self Governments in India, Atlantic Publishers, New Delhi.

16) Sivaramakrishnan K.C. (Edit), 2006, People's Participation in Urban Governance, Concept Publishing Company, New Delhi.